'आणि ती पुन्हा जन्मली'

Evincepub
Publishing

Evincepub Publishing

Parijat Extension, Bilaspur, Chhattisgarh 495001
First Published By Evincepub Publishing 2020
Copyright © Dipali Taare 2020
All Rights Reserved.
ISBN: 978-93-90362-21-9

'आणि ती पुन्हा जन्मली'

कथन: डॉ.रमेश सि.वडोदकर

लेखन: सौ.दिपाली मं.तारे

डॉ.सौ.संजीवनी रमेश वडोदकर जुलै १९८९ मध्ये

'फ़ानूस बनके जिसकी हिफ़ाज़त हवा करे,
वो शमा क्या बुझे, जिसे रोशन ख़ुदा करे'
– अज्ञात

प्रस्तावना

हे पुस्तक ज्यांच्या आयुष्याबद्दल आहे ते म्हणजे माझे आई बाबा, डॉ.रमेश सिद्धेश्वर वडोदकर (एम.बी.बी.एस.) आणि डॉ.सौ.संजीवनी रमेश वडोदकर (एम.बी.बी.एस.डी.जी.ओ.) मूळची प्रभा त्र्यं.मुळे. महाराष्ट्रातील बुलढाणा जिल्ह्यात खामगांव म्हणून एक छोटंसं शहर आहे. तिथेच या दोघांच्या एकत्र आयुष्याला सुरुवात झाली. छोटं गाव आणि व्यवसायाने दोघेही डॉक्टर असल्याने गावात खूपच मान होता म्हणजे अजूनही आहे. खामगांवला आमचं ८ खोल्यांचं एक बैठं घर आहे. त्या घरातच पुढच्या बाजूच्या २ खोल्या म्हणजे या दोघांचा दवाखाना होता. अगदी आसपासच्या गावातील लोक देखील दवाखान्यात येत असत. माझे बाबा, ज्यांना आम्ही सगळेच नाना म्हणतो, तेदेखील कित्येकदा आसपासच्या गावात दुचाकीने पेशंट्स तपासायला जात असत आणि अशा डॉक्टरांना वेळेचं भान किंवा निर्बंध दोन्हीही नसतं. अगदी रात्री २:०० वाजता देखील त्यांना पेशंट्सकडे जावं लागत असे. ते कधीही कुणालाही 'नाही' म्हणत नसत. खामगांवला 'पंचशील होमीओपॅथिक कॉलेज' म्हणून एक नावाजलेलं कॉलेज आहे. तिथे हे दोघेही मानद व्याख्याता (Honorary lecturer) म्हणून शिकवत असत. नाना फिजिओलॉजी (शरीरशास्त्र) शिकवायचे आणि आई गायनिक ऑब्स्टॅट्रीक्स (स्त्रीरोग प्रसूतिशास्त्र) शिकवायची.

या दोघांनी आयुष्यात पैशांपेक्षा माणसंच जास्त कमावली आणि नंतर हीच माणसं त्यांच्या मदतीला धावून आली.

तर अशा या दोघांची सगळ्यात मोठी मुलगी सोनाली म्हणजे आता सौ. देवयानी विक्रांत जोशी. मधला समीर आणि मग मी म्हणजे सौ. दिपाली मंदार तारे. या पुस्तकाची लेखिका.

या पुस्तकातील आणखी एक खूप महत्त्वाची व्यक्ती म्हणजे माझी मावशी श्रीमती जयश्री जयंत भालेराव. मूळची सुधा त्र्यं.मुळे. आम्ही सगळे तिला अक्काच म्हणतो. स्वभावाने अतिशय साधी आणि शांत. कधीही कुणाशीही वाद किंवा भांडण नाही. कधी कुणाबद्दल वाईट बोलणार नाही. आहे त्यात

अतिशय समाधान मानणारी अशी व्यक्ती. दुसऱ्यांना देण्यातच सगळा आनंद. स्वतःसाठी कधीही काहीही मागणार नाही. अतिशय कष्ट केलेत तिने आयुष्यात. शाळेत नोकरी करून शिवाय शिकवण्या घ्यायची. कपडे शिवून द्यायची. वाईट परिस्थितीतही कधी घाबरून थांबली नाही ती.

या तिघांच्या या गोष्टीतला सगळ्यात महत्त्वाचा भाग म्हणजे नानांचे विद्यार्थी. सरांवर अतिशय निष्ठा, त्यांच्यासाठी काहीही करण्याची तयारी. आज इतक्या वर्षांनीसुद्धा सर आणि मॅडम ह्यांच्यासाठी तितकाच आदर आणि प्रेम आहे.

१९९० साली म्हणजे ३० वर्षांपूर्वी मे महिन्यात अचानक एक दिवस आईच्या दोन्ही किडनीज फेल झाल्याचं(मूत्रपिंड निकामी झाल्याचं) कळलं आणि त्यानंतर पुढील ७ महिने जे काही घडलं त्याने आम्हा सर्वांचंच संपूर्ण आयुष्यच बदललं आणि एकमेकांशी कायमचं जोडलं गेलं.

आमच्या आयुष्यातील या महत्त्वाच्या घटनेवर एक पुस्तक लिहिलं जावं अशी इच्छा नानांनी माझ्या घरी व्यक्त केली आणि मी ती पूर्ण करायचं ठरवलं.

झालं असं होतं की आई नाना जून - सप्टेंबर २०१९ या काळात आमच्याकडे डेन्मार्कला आले होते. त्यावेळी एक दिवस सहज बोलता बोलता आईच्या ऑपरेशनचा विषय निघाला आणि नाना अगदी सुरुवातीपासून सगळं सांगायला लागले. आईचं ऑपरेशन झालं तेव्हा मी फारच लहान होते. जेमतेम सहा वर्षांची. त्यामुळे मला फारसं काहीच माहीत नव्हतं. त्यांचे अनुभव ऐकून मी अवाक् होत होते.

मग काही गोष्टी सांगून नाना म्हणाले,

"एकदा हिच्या चेकअपसाठी मुंबईला गेलो होतो तेव्हा तिथे एक मुलगी आली होती आणि ती खूप रडत होती. चौकशी केल्यावर आम्हाला कळलं की तिलासुद्धा हाच आजार झाला आहे. फार काही वय नव्हतं तिचं. मला तिथे जाऊन तिला सांगायची खूप इच्छा झाली की काही घाबरू नकोस, तू या सगळ्यातून बाहेर पडशील. फक्त हिंमत हारू नकोस. पण हिचं चेकअप होईपर्यंत ती मुलगी निघून गेली होती. त्यामुळे माझी अशी इच्छा आहे की संजीवनीच्या ऑपरेशनवर कुणीतरी लिहावं आणि आपण ते प्रकाशित करावं. म्हणजे त्या मुलीसारख्या कितीतरी लोकांना यातून हिंमत मिळू शकेल. तीस

वर्षांपूर्वी इतक्या कठीण परिस्थितींमधून आम्ही बाहेर पडू शकलो तर आता कितीतरी सुधारणा झालेली आहे. पण आता लोकांमध्ये ती हिंमत दिसत नाही.''

''खरं आहे नाना तुमचं म्हणणं.''

''मी कितीतरी लोकांना बघितलं आहे, थोडंसं काही झालं की घाबरून जातात. आयुष्यच संपलं असं वाटतं त्यांना. असं करून चालत नाही. मी किंवा तुझ्या आईने त्यावेळी अशीच हिंमत हारली असती तर आज इथे असतो का आम्ही? परिस्थितीसमोर हारलो तर जगण्यात मजाच राहणार नाही.''

७४ वर्षांचे आपले वडील या वयातही असा विचार करू शकतात हे खरंच खूप प्रेरणादायी होतं. आमचा तो विषय मग दुसरीकडे वळला पण माझ्या डोक्यातून हे लिहिण्याचं काही जाईना. आई नाना भारतात परत गेल्यावर मी जरा शोध घ्यायला सुरुवात केली की हे सगळं कोण लिहून देईल आपल्याला? काय करावं लागेल त्यासाठी? डेन्मार्कला राहून हे साध्य करता येईल का?

मग वाटलं आपणच प्रयत्न करून पाहू. मी कॉलेजमध्ये असताना कविता लिहीत होते पण म्हणून मी एक संपूर्ण पुस्तक लिहू शकेन का ही शंका होतीच. पण मग हळूहळू माझ्या डोक्यात काही वाक्यं तयार व्हायला लागलीत आणि मग एक दिवस अचानक या पुस्तकाची सुरुवातच माझ्या डोक्यात तयार झाली. मग म्हटलं इतर कुणी कशाला? आपणच का नाही?

नाना जर हे सगळं सांगत किंवा लिहीत असते तर कसं लिहिलं असतं याची कल्पना करत लिहायला सुरुवात केली. हळूहळू २ पानं भरलीत मग जरा आत्मविश्वास वाटू लागला. मग ठरवलं की आपणच हे करायचं. इतर कुणी नानांच्या जागी स्वतःला ठेवून त्यांच्या भावनांना योग्य पद्धतीने कदाचित मांडू शकणार नाही. मला सुद्धा कधी कधी असं वाटत होतं की मी तरी त्यांच्या भावनांना माझ्या लिखाणातून न्याय देते आहे ना? हे सगळ्यात कठीण काम होतं माझ्यासाठी.

आईच्या आजारपणात नाना पूर्ण वेळ आईबरोबरच असल्याने त्यांनाच सगळं माहीत होतं. त्यावेळी आई काहीही विचार करण्याच्या मनःस्थितीत आणि परिस्थितीतही नव्हती. सतत गुंगीत किंवा औषधांच्या अमलाखाली असायची. त्यामुळे तिला फारसं काही आठवत नव्हतं नाहीतर अशी पुस्तकं सहसा रोगी स्वतःच लिहितो.

मी नानांना फोन करून सगळी माहिती घेत होते. खूप प्रश्न विचारले त्यांना. नानांच्या तोंडून सगळं ऐकताना माझ्या अंगावर काटा उभा राहत होता. कसं इतकं सहन केलं असेल दोघांनीही? किती त्या वेदना? शारीरिक आणि मानसिकही.

आपली प्रॅक्टिस सोडून ७ महिने अनोळखी शहरांमध्ये राहणं, आपल्या साथीदाराला एक क्षणही एकटं जाणवू न देणं, तेही ३० वर्षांपूर्वी! सगळ्यांना शक्य होत नाही असं करणं आणि ही गोष्ट माझ्या मनाला खोलवर स्पर्श करून गेली. मग ठरवलं ही गोष्ट खरंच सगळ्यांना कळायला हवी आणि मग मी खऱ्या अर्थाने हे पुस्तक लिहायला सुरुवात केली. लिहिता लिहिता त्यांच्या या गोष्टीत मला खूप काही सापडत गेलं. प्रेम, साथीदाराप्रती निष्ठा, भावना, असहाय्यता, माणुसकी, आईने जगण्यासाठी केलेला आणि नानांनी तिला जगवण्यासाठी केलेला संघर्ष..अगदी सगळं. त्यामुळे जे कुणी हे पुस्तक वाचत असतील त्यांनी त्यांना जे सापडेल ते या गोष्टीतून घ्यावं.

या पुस्तकाचं नाव नानांच्या बोलण्यातूनच घेतलं आहे. ते एकदा माझ्याशी बोलताना म्हणाले होते,

“ती मे महिन्यात जी आजारी पडली ती पूर्ण बरी व्हायला ७ महिने लागले. एक प्रकारे पाहिलं तर तिचा परत जन्म झाला होता, *ती पुन्हा जन्मली* होती”.

मला हे वाक्य खूप समर्पक वाटलं या गोष्टीसाठी. म्हणून या पुस्तकाचं नाव ‘*आणि ती पुन्हा जन्मली*’ हे ठरवलं.

या काळात नानांशी बोलताना मला कळत गेलं की त्यांचं एक अव्यक्त दुःख आहे. माझ्याशी बोलताना एकदा ते खूप रडले तेव्हा मला याची जाणीव झाली. यापूर्वी मी कधी असा विचारही केला नव्हता की त्यांच्या मनात इतकं सगळं दाटलेलं असेल. तसा घरात कधी हा विषयच निघायचा नाही असे नाही. त्यांनी काही वेळेला त्यांना आलेले अविश्वसनीय अनुभव, लोकांनी केलेली मदत, माणुसकी यांबद्दल सांगितलं होतं. पण इतक्या खोलवर काही गोष्टी रुजल्या असतील याची जाणीव मला हे सगळं लिहीत असतानाच झाली.

एखाद्या चित्रपटाची कथा शोभावी असं काहीसं हे वाटलं मला. लॅबच्या पेपरवर नकळतपणे केलेली खूण, २० तारखेचा योगायोग, ७ महिन्यांचा दीर्घ असा अनिश्चिततेचा काळ, हे सगळं खूप अवघड आहे.

एका अडचणीतून बाहेर पडत असतानाच दुसरी अडचण उभी राहत होती. त्यातून मार्ग काढणं सोपं नव्हतं. त्या दोघांनीही कधी काही चांगलं झालं तर देवाचे आभार नक्की मानले पण इतक्या वाईट परिस्थितीतही त्यांनी कधीही देवाला दोष दिला नाही.

घरातील एक व्यक्ती इतकी आजारी पडली तर त्या व्यक्तीप्रमाणेच घरातील इतर कुणाचंही आयुष्य पूर्वीसारखं राहत नाही. हा अनुभव आमच्या घरातील सर्वांनीच घेतला. आमच्यापेक्षा नानांनीच जास्त. आईचं आजारपण आईच्या बरोबरीने नानांनीसुद्धा भोगलं. आईला व्यर्ज असलेल्या गोष्टींना त्यांनीही हात लावला नाही. तिचं पथ्यपाणी थोड्याफार फरकाने तिच्याइतकंच त्यांनीही पाळलं.

अवयवदान किती महत्त्वाचं आहे याबद्दल आपण कायम कुठेतरी ऐकतो किंवा वाचतो. पण त्याचं खरं महत्त्व केवळ ती व्यक्ती आणि तिच्या कुटुंबातील सदस्यच समजू शकतात. अवयव दान करणारा केवळ त्याचा अवयव दान करीत नाही तर तो अवयव घेणाऱ्याला पुढचं सगळं आयुष्य दान करतो.

यात लिहिलेले सगळे प्रसंग १००% खरे आहेत. खरोखर घडले आहेत. कुठेही अतिशयोक्ती केलेली नाही. फरक असलाच तर संवादांमध्ये असू शकतो कारण ३० वर्षांपूर्वीचे संवाद जसेच्या तसे आठवणं शक्य नाही. त्यातही नाना कसे बोलले असतील किंवा अशा परिस्थितीत सहसा काय होऊ शकतं हा विचार करून मी लिहिलं आहे. थोडा कल्पनाविलास झालाच असेल तर तो संवादामध्येच झाला आहे. आई, नाना, मावशी ह्यांना त्यांच्या वयोमानाप्रमाणे जेवढं आणि जसं आठवलं तसं ते सांगत गेले आणि मी लिहीत गेले. ह्या पूर्णपणे त्यांच्या आठवणी आहेत. इतर नातेवाईकांशी मी बोलले नाही कारण इतकं सगळं एका पुस्तकात लिहिणं शक्य नव्हतं त्यामुळे ह्या तिघांच्याच दृष्टीने बघत हे पुस्तक लिहिलं आहे. ह्या तिघांचंही एकमत झालेल्या गोष्टीच मी या पुस्तकात लिहिल्या आहेत. त्यांच्या सोबत असलेल्या लोकांना कदाचित हेच अनुभव वेगळ्या पद्धतीने आठवत असतील. त्यामुळे मतभिन्नता असू शकते.

तर त्यांच्या ह्या आठवणी लिहिताना मलासुद्धा खूप त्रास होत होता. नानांची त्यावेळची विषण्णता माझ्यात उतरली होती. आईच्या ऑपरेशनच्या आदल्या दिवशीचा फार्मसीमधला प्रसंग लिहायला केवळ सुरुवात करायला मला तब्बल १५ दिवस लागलेत. इतरांसाठी ते एक डॉक्टर असले तरी मी

माझ्या वडिलांबद्दल लिहीत होते. लिहायला सुरुवात केली की तेव्हा नानांचा चेहरा कसा झाला असेल हे डोळ्यांसमोर यायचं आणि मग काहीच दिसायचं नाही. आईला या सगळ्यात किती त्रास झाला असेल याची तर कल्पना पण करवत नव्हती. मग मी मन शांत ठेवण्यासाठी मेडिटेशन करायला सुरुवात केली.

या सगळ्यात माझा नवरा मंदार आणि माझा मुलगा ऋषी ह्यांनी मला खूप साथ दिली. मंदारने मला वेळोवेळी समजून घेतलं आणि मी लिहीत असताना घराची आणि ऋषीची पूर्ण जबाबदारी त्याने स्वतःहून सांभाळली म्हणूनच हे पुस्तक मी वेळेत पूर्ण करू शकले.

मी काही कुणी व्यावसायिक लेखिका नाही किंवा डॉक्टरही नाही त्यामुळे कदाचित यात काही चुका सापडतील. या पुस्तकात कमीतकमी चुका रहाव्यात म्हणून श्री.सतीश भालचंद्र वझलवार यांनी मला खूप मदत केली.

माझा हा पहिला प्रयत्न मी अगदी मनापासून केला आहे. आज हे पुस्तक वाचकांच्या हाती देताना मी माझ्या बाबांची एक इच्छा पूर्ण करू शकले याचा खूप आनंद होतो आहे. वाचणाऱ्या प्रत्येक व्यक्तीला यातून काही ना काही नक्की मिळो हीच माझी इच्छा आहे.

- सौ. दिपाली मंदार तारे

"डॉ.अजित फडके आज आपल्यात नाहीत पण आमच्या मनात ते सदैव राहतील. हे पुस्तकरूपी पुष्प आम्ही कै.डॉ.अजित फडके यांच्या चरणी अर्पण करतो. "

-   डॉ.रमेश सि.वडोदकर

अनुक्रमणिका

१९ मे १९९० _____

संध्याकाळचे साधारण ५:०० वाजले असतील. वातावरणात जरा उष्मा होता पण उतरतीची वेळ असल्याने उन्हाच्या झळा फारशा जाणवत नव्हत्या. आमच्या राहत्या घरातल्या बाहेरच्या बाजूच्या २ खोल्या म्हणजे आमचा दवाखाना होता. संजीवनीकडे पेशंट्स आलेले होते. माझ्याकडे पेशंट्स नसल्याने मी आमच्या अंगणात चाफ्याच्या झाडाखाली बसून पुस्तक वाचत होतो. झाडाखाली बसून पुस्तक वाचणे यासारखं सुख माझ्यामते दुसऱ्या कशातही नाही. मी वाचनात गर्क झालो होतो आणि अचानक फाटकाचा आवाज झाला. त्या आवाजाने मी पुस्तकातून बाहेर आलो. पाहिलं तर विजय(डॉ.विजय गर्गे) आमच्याकडे आला होता. मला आश्चर्य वाटलं, त्या दिवशी सकाळीच आम्ही विजयच्या पॅथॉलॉजी लॅबवर जाऊन संजीवनीच्या रक्त आणि लघवीचे नमुने दिले होते. मग आता का आला असेल हा? तेही ह्या वेळी?

त्याने फाटकातूनच मला विचारले,

"काय रे, संजीवनी कुठे आहे?"

"आत पेशंट्स तपासते आहे. का रे? काय झालं?"

"काय? पेशंट्स तपासते आहे?"

विजय जवळ जवळ ओरडलाच आणि तो स्वतः संजीवनीला बघायला आत गेला. मी त्याच्याकडे बघतच राहिलो. याला काय झालं आहे?

विजय अतिशय आश्चर्याने संजीवनीकडे बघत होता. संजीवनीने पेशंट्स बघता बघताच विजयला हसून नमस्कार केला. विजयनेही तिला कसंनुसं हसून नमस्कार केला आणि तो बाहेर येऊन माझ्याजवळ थोडा वेळ बसला. मी त्याच्याकडे बघतच होतो. सकाळपेक्षा वेगळाच वाटत होता तो.

मी त्याच्याकडे रोखून बघतो आहे हे लक्षात येऊन तो मला म्हणाला,

"मी संजीवनीच्या रक्ताचा नमुना परत घ्यायला आलो आहे."

"अरे, सकाळीच तर दिला होता…मग…"

माझा प्रश्नार्थक चेहरा बघून मी पुढे काही विचारण्याच्या आतच तो म्हणाला,

"अरे, काय झालं, सकाळी दिलेला नमुना चुकून फेकून दिल्या गेला आणि एक टेस्ट(चाचणी) करायची राहिली आहे. मी इथूनच जात होतो म्हटलं स्वतःच भेटून परत तेवढं सॅम्पल(नमुना) घेऊन जावं."

"ओह, बरं. पण कुठली टेस्ट राहिली आहे?"

"युरिया आणि क्रिएटीनीन परत तपासावे लागेल."

आता मला परत नवल वाटलं,

"काय? युरिया आणि क्रिएटीनीन चा काय संबंध?"

"अरे, हे तूच तर तपासायला सांगितलं होतंस! तू लॅबच्या पेपरवर तशी खूण केली आहेस सकाळी. "

मी विचारात पडलो. संजीवनीला आत हे सगळं ऐकू येत होतं. तिलाही नवल वाटलं.

ती बाहेर येऊन मला म्हणाली,

"का हो, ही टेस्ट का करायला सांगितली तुम्ही? डॉ.जैननी सांगितलं होतं का तसं?"

तर खूप विचार करूनही मला काही ते आठवेना.

"नाही गं, असं तर काही सांगितलं नव्हतं त्याने!"

पण विजय म्हणतो आहे तर देऊया परत सॅम्पल असा आम्ही विचार केला. संजीवनीकडचे पेशंट्स गेल्यावर विजयने सॅम्पल घेतले.

"मी उद्या येऊ का रिपोर्ट्स घ्यायला?"

"नको, आज रात्रीच ये. उद्या रविवार आहे. लॅब बंद असेल."

"बरं, येतो मी रात्री."

"ओके. भेटू मग. मी वाट पाहतो."

असं म्हणून विजय निघून गेला.

मी रात्री साधारण ९:०० वाजता त्याच्या लॅबवर पोचलो. तिथे थोडी गर्दी होती म्हणून विजयने मला 'थोडा वेळ थांब' अशी खूण केली. मी तिथेच बाहेर वाट पाहत बसलो. सगळे गेल्यावर विजयने मला त्याच्या केबिन मध्ये बोलावलं. मी आत गेलो तर त्याने मला त्याच्या टेबल समोर असलेल्या खुर्चीवर बसायला सांगितले. त्याचा चेहरा बघून मला संध्याकाळपासूनच जरा शंका येत होती.

पण खरं तर शंकेचं काहीच कारण नव्हतं. कधीतरी संजीवनीचे पाय खूप दुखायचे म्हणून आम्ही मागच्याच वर्षी नागपूरला जाऊन तिच्या सगळ्या टेस्ट्स करून घेतल्या होत्या. त्यात पण सगळं नॉर्मलच होतं. सगळ्या शंका बाजूला सारून मी बसलो आणि विजयने गंभीर चेहऱ्याने संजीवनीचे रिपोर्ट्स माझ्या समोर ठेवले. मी जरा घाबरतच रिपोर्ट्स हातात घेतले.

"नॉर्मलच आहे ना सगळं?"

असं म्हणत मी रिपोर्ट्स उघडले आणि मला एकदम धस्सच झालं.

"माय गॉड! युरिया-१३६(नॉर्मल रेंज:१२-२०) आणि क्रिएटीनीन-७ (नॉर्मल रेंज:०.६-१.२)! याचा अर्थ दोन्ही किडनीज फेल? कसं शक्य आहे? नक्की संजीवनीचेच रिपोर्ट्स आहेत ना हे?"

माझ्या तोंडून फक्त भितीयुक्त प्रश्नच बाहेर पडत होते. मला यापूर्वी कधीही इतकं घाबरल्याचं आठवत नाही. माझ्या पायाखालची जमीन सरकते आहे की काय असं वाटू लागलं.

मला असं गोंधळलेलं बघून विजय म्हणाला,

"खरं सांगायचं तर संजीवनीचे सॅम्पल्स मी सकाळी टेस्ट केले तेव्हाच मला हे कळलं होतं पण माझा विश्वास बसेना म्हणून मी संध्याकाळी संजीवनीला बघायला आलो. तिला असं सहज वावरताना बघून मला वाटलं की आपलं काही चुकलं असेल का टेस्ट करताना? ही तर चक्क पेशंट्स तपासते आहे! हिच्या रिपोर्ट्स प्रमाणे तर आत्ता ही स्वतःच हॉस्पिटलमध्ये असायला हवी होती. म्हणून मी परत सॅम्पल घेतलं. ते सॅम्पल मी स्वतः ३ वेळा तपासलं आहे. हे रिनल(किडनी) फेल्युअरच आहे."

मी अत्यंत अविश्वासाने एकदा विजयकडे आणि एकदा हातातल्या रिपोर्ट्सकडे बघत होतो. संजीवनीच्या त्या वाढलेल्या लेव्हल्स परत परत वाचत होतो.

"अरे, पण तिला ना हाय बी.पी.(ब्लड प्रेशर/उच्च रक्तदाब) ना डायबिटीस(मधुमेह)..असं झालंच कसं?"

"तेच तर कळत नाही आहे."

हे सगळं इतकं अचानक घडलं होतं की मी स्वतः डॉक्टर असून मलाही काही समजेनासं झालं होतं.

अवघ्या ४२ व्या वर्षी असं का व्हावं संजीवनीच्या बाबतीत? तिला एवढा मोठा आजार झाला असून कसलीही लक्षणं कशी दिसली नाहीत कधीच? तिला काहीही त्रास कसा झाला नाही? घरी जाऊन तिला काय आणि कसं सांगू? असे असंख्य प्रश्न माझ्या डोक्यात येऊ लागले. पण नुसता विचार करून उपयोग नव्हता. डोकं शांत ठेवून पुढची पावलं उचलायला हवी होती.

किडनी म्हणजे मूत्रपिंडाचं कार्य बिघडल्यास केवळ दोनच उपचार करता येतात. एक म्हणजे *डायलिसीस*[1] आणि दोन्ही किडनीज जर का पूर्ण निकामी झाल्या असतील तर मात्र किडनी ट्रान्सप्लांट म्हणजे दुसरी किडनी बसविण्यावाचून दुसरा इलाज नसतो. पण त्यासाठी किडनी देणारी व्यक्ती कधी सापडेल हे सांगता येत नाही आणि संजीवनीची अवस्था नेमकी किती वाईट आहे हे आत्ताच सांगणे कठीण होते.

---

[1] *किडनी फेल झालेली असल्यास किंवा त्यात काही बिघाड झाला असल्यास रक्त शुद्ध होण्याचं कार्य थांबतं. डायलिसीस म्हणजे रोग्याच्या शरीरातील अशुद्ध रक्त एका नळीद्वारे बाहेर काढतात आणि शुद्ध करून परत रोग्याच्या शरीरात पाठवतात. हे एका यंत्राच्या सहाय्याने केले जाते, त्याला हिमोडायलिसीस म्हणतात. दुसरं म्हणजे पोटात नळी घालून शरीरात एक औषधी द्रव फिरवतात. ते द्रव शरीरातील नको असलेले किंवा विषारी पाणी शोषून घेतं आणि मग ते द्रव दुसऱ्या मार्गाने शरीरातून बाहेर काढतात. त्याला पेरीटोनिअल डायलिसीस म्हणतात.*

तिला ताबडतोब किमान डायलिसीस सुरू करणे गरजेचे होते. पण त्यावेळी खामगांव किंवा अकोला या दोन्ही ठिकाणी डायलिसीसची सोय नव्हती. तिला नागपूरला नेण्यावाचून दुसरा पर्यायच नव्हता.

"संजीवनीला ताबडतोब नागपूरला न्यायला हवं."

एवढंच बोलू शकलो मी.

विजयलाही ते पटलं. मग मी विचार केला की नागपूरला डॉ.चौबे यांना दाखवायचं. आम्ही जेव्हा नागपूर मेडिकल कॉलेजला शिकत होतो, त्यावेळी तिथे ते आम्हाला शिकवायला होते आणि १९९० मध्ये तिथल्या मेडिसिन डिपार्टमेंटचे(औषध विभाग) एच.ओ.डी(प्रमुख) होते. मुख्य म्हणजे किडनी स्पेशालिस्ट म्हणून त्यांचं नाव होतं. त्यामुळे त्यांनाच जाऊन भेटण्याचं ठरवलं.

दुसऱ्याच दिवशी निघावं लागणार हे स्पष्टच होतं. विजयशी ही सगळी चर्चा झाल्यावर संजीवनीचे रिपोर्ट्स घेऊन मी तसाच डॉ.जैन कडे गेलो. रिपोर्ट्स बघून त्यालाही धक्का बसला. त्यानेही नागपूरला घेऊन जाणेच योग्य आहे म्हणून सांगितले.

अतिशय विषण्ण अवस्थेत मी त्याच्याकडून घरी जायला निघालो. रस्त्याने जाताना संजीवनीला हे सांगण्यासाठी मनातल्या मनात शब्दांची जुळवाजुळव करत होतो. काहीही सुचत नव्हतं. एका वर्षात किडनीज इतक्या खराब कशा होऊ शकतात? नागपूरला संजीवनीच्या सगळ्या टेस्ट्स केल्या तेव्हा तर सगळंच नॉर्मल होतं.

वर्षही पूर्ण झालं नाही अजून त्याला. कसं झालं असेल असं? विचार करता करता मी भूतकाळात गेलो. गेल्या २-३ महिन्यांचा काळ माझ्या डोळ्यांसमोरून सरकू लागला.

३० मार्चलाच बाई म्हणजे माझी आई आम्हा सर्वांना सोडून अचानक देवाघरी गेली होती. तिचं असं अचानक जाणं हा सगळ्यांसाठीच खूप मोठा धक्का होता. त्यावेळी बाबाचं म्हणजे माझा लहान भाऊ दिलीपचं लग्न ठरलेलं होतं. बाईचं निधन झाल्यामुळे त्याचं लग्न लगेच करावं लागलं. त्याच्या लग्नाची सगळी जबाबदारी संजीवनीने खूप छान सांभाळली. मोठी

सून आणि आता बाई नसल्यामुळे संजीवनीला बाबाच्या लग्नात बरीच कामं पुरली. अर्थात बाकीच्यांची साथ होतीच.

११ मे १९९० ला खामगांवपासून जवळच अकोल्याला बाबाचं लग्न छान पार पडलं. सून म्हणून सुरेखाचं सगळ्यांनी स्वागत केलं. आम्हा सर्वांना बाईची कमतरता खूप जाणवली पण एकमेकांच्या साथीने ते दुःख आम्ही पचवलं. लग्न झाल्यानंतर सगळे पाहुणे खामगांवला आले आणि काही दिवस राहून आपल्या गावी निघून गेले. पण सगळे गेले त्याच रात्री म्हणजे १६ मे ला संजीवनीचा डावा खांदा खूपच दुखायला लागला. वेदनाशामक गोळ्या घेऊनही तिला अजिबात बरं वाटत नव्हतं. शेवटी मी रात्री ३:०० वाजता जाऊन डॉ.अभय चांदे ह्यांना घरी घेऊन आलो. त्यांनी संजीवनीला तपासून पेथिडीनचं (ऑपरेशनच्या आधी वेदना होऊ नये म्हणून देतात ते) इंजेक्शन दिलं. तर ते घेऊनसुद्धा संजीवनीला सकाळी ६:३० वाजता झोप लागली. मला त्या वेळेस अशी शंका आली की ज्या अर्थी संजीवनीचा डावा खांदा इतका दुखला त्या अर्थी कदाचित तिच्या हृदयाच्या कार्यात काही बिघाड झाला असेल. त्यामुळे तिला जरा बरं वाटताच आम्ही १८ मे ला सकाळी डॉ.जैन कडे गेलो. खामगांवमध्ये तो एकमेव डॉक्टर होता ज्याच्याकडे सगळे हृदयाशी संबंधित समस्यांसाठी जात असत. तो माझा चांगला मित्र होता. त्याने संजीवनीला तपासलं.

सगळी विचारपूस केल्यावर तो म्हणाला,

"आत्ता तरी सगळं ठीक वाटतं आहे. कदाचित लग्नातल्या दगदगीमुळे दुखला असेल खांदा. मला तरी हे हृदयाशी संबंधित काही वाटत नाही."

त्याच्या या बोलण्याने आमचा जीव भांड्यात पडला. मग त्याने संजीवनीच्या काही रुटीन टेस्ट्स(नियमित करण्याच्या चाचण्या) करायला सांगितल्या. विजयची स्वतःची पॅथॉलॉजी लॅब होती. आम्ही १९ मे ला सकाळीच त्याच्याकडे जाऊन संजीवनीचे रक्त आणि लघवीचे नमुने दिले. त्याच्याकडे गेल्यावर कुठल्या टेस्ट्स करायच्या हे सांगताना माझ्याही नकळत मी युरिया आणि क्रिएटीनीनच्या टेस्टवर खूण केली होती आणि त्यामुळेच विजयने ती टेस्ट केली होती. पण रिझल्ट्स(परिणाम) बघून त्याचा विश्वास बसला नाही म्हणून तो स्वतः संजीवनीला बघायला आमच्या घरी

आला होता आणि परत एकदा केवळ खात्री करण्यासाठी त्याने सॅम्पल घेतलं होतं.

आता माझ्या डोक्यात जरा चित्र स्पष्ट होत होतं. या सगळ्या विचारांत मला कळलंही नाही की घर कधी आलं. मला यायला जरा उशीरच झाला होता. घरात गेलो तर संजीवनी बाहेरच्या खोलीत सोफ्यावर बसून माझी वाटच पाहत होती. आमची जेवणं व्हायची होती. मला कितीही उशीर झाला तरी संजीवनी कधीही माझ्याशिवाय जेवत नसे.

"का हो, बराच वेळ लागला? रिपोर्ट्स तयार नव्हते का?"

मला बघताच ती उठून म्हणाली.

मला तिच्याकडे बघण्याची हिंमत होत नव्हती. माझ्या चेहऱ्यावरून तिला नक्कीच कळलं असतं की काहीतरी झालं आहे.

"होते ना, चल आधी जेवून घेऊ. मग बोलू. मुलं जेवलीत?"

तिच्याकडे न बघता मी म्हणालो.

"हो, झालं त्यांचं जेवण केव्हाच. तुम्ही हात धुवून घ्या. मी पानं वाढते. भूक लागली आहे आता खूप."

आणि ती स्वैपाकघरात निघून गेली.

मी बूट काढले आणि हात धुवायला जाता जाता आतल्या खोलीत डोकावून पाहिलं. समीर आणि दिपू दोघेही टी.व्ही.बघत बसले होते.

हात धुवून आम्ही दोघेही जेवायला बसलो. मला खरं तर जेवायची अजिबात इच्छा नव्हती. मी कसंबसं पहिलं वाढलेलं संपवलं. हात धुवून आमच्या खोलीत गेलो. संजीवनीचं मागचं सगळं आवरणं सुरू होतं.

मी रिपोर्ट्स घेतले आणि संजीवनीला आत बोलावलं.

तिचं आवरून झालंच होतं. ती आत येऊन माझ्यासमोर बसली.

"ह्म्म्..काय म्हणताहेत रिपोर्ट्स? नॉर्मल आहे ना सगळं?"

"युरिया आणि क्रिएटीनीन खूपच वाढलं आहे गं संजीवनी."

संजीवनीने लगेच माझ्या हातातून रिपोर्ट्स घेतले आणि वाचू लागली.

"बापरे..एवढं वाढलं आहे?"

"हो, याचा अर्थ रिनल फेल्युअर आहे. आपल्याला उद्याच नागपूरला जावं लागेल."

"अहो, एवढं काय झालंय? असं अचानक उठून नागपूरला कसं काय जाणार आपण? आधी इथेच काही होतं का बघू मग नागपूरचं काय ते ठरवू."

पण मला ते पटलं नाही.

मी म्हटलं,

"इथे कुठेही डायलिसीसची सोय नाही. आपण एकदा नागपूरला डॉ. चौबेंना भेटू. मग ते काय म्हणतील तसं करू. पण त्यांना ताबडतोब भेटणं खूप गरजेचं आहे. "

"डायलिसीस! बरं. ठीक आहे. तुम्ही म्हणत आहात तर जाऊ आपण उद्या नागपूरला पण फार काळजी करू नका, जे होईल ते होईल. "

संजीवनी एवढंच बोलली. मला अपेक्षा होती तशी ती रडली नाही, घाबरली नाही. आम्ही दुसऱ्याच दिवशी मिळेल त्या गाडीने नागपूरला निघायचं ठरवलं. त्यानंतर कुणीच काही बोललं नाही.

संजीवनी तिच्या नेहमीच्या सवयीप्रमाणे पलंगावर आडवी होऊन लायब्ररीचं पुस्तक वाचायला लागली आणि मी कितीतरी वेळ मान खाली घालून तसाच बसून होतो.

थोड्याच वेळात दिपूला खूप झोप आली म्हणून ती आत आली. तिला माझ्या हातावर डोकं ठेवल्याशिवाय झोपच यायची नाही. मी तिला घेऊन आडवा झालो. साडेपाच वर्षांच्या दिपूने माझ्या हाताची उशी केली आणि तिला लगेच झोप लागली. संजीवनीसुद्धा झोपण्यापूर्वी सगळं आवरून दिवा बंद करून आडवी झाली.

माझा मात्र डोळ्याला डोळा लागत नव्हता.

कसं होईल सगळं? संजीवनी या सगळ्यातून सुखरूप बाहेर पडेल ना? तिला काही होणार तर नाही? हे सगळं फार उशिरा तर लक्षात नाही ना आलं? पण संजीवनीला अजूनही काहीही त्रास होत नाही आहे.

छताकडे बघत बघत माझ्या डोक्यात हे सगळं विचारचक्र सुरू होतं. अधून मधून मी संजीवनीकडे बघत होतो. झोप लागली असेल का तिला? काय विचार सुरू असतील तिच्या डोक्यात? तिच्या दोन्ही किडनीज फेल झाल्या आहेत यावर विश्वास ठेवणं खूप अवघड होतं. त्यात मी डॉक्टर असल्याने किडनी फेल होण्याचे सगळे परिणाम डोळ्यांसमोर येऊ लागले.

किडनी फेल झाली की रक्त शुद्ध होण्याचं कार्य थांबतं. मग शरीरात हळूहळू विषारी किंवा शरीराला गरज नसलेले पाणी साचायला सुरुवात होते. खूप थकवा येतो. लघवीचे प्रमाण अतिशय कमी होते. शरीरातलं घाण पाणी लघवीवाटे बाहेर न पडल्यामुळे शरीरातच साचत जातं आणि शरीरावर सूज यायला लागते. जर का वेळेत उपचार केले नाहीत तर या सगळ्या साचलेल्या पाण्यामुळे छातीवर खूप दबाव येतो आणि मग श्वाससुद्धा घेता येत नाही. आणि मग..बापरे…

मी दचकलोच. किती भयंकर आहेत हे विचार..

डोळ्यांप्रमाणे मेंदू पण बंद करता आला असता तर किती बरं झालं असतं असं मला वाटू लागलं. मी लगेच संजीवनीकडे बघितलं. बहुतेक तिला झोप लागली होती. तिला झोपलेलं बघून माझ्याही नकळत माझे डोळे वाहू लागले.

तेवढ्यात दिपूने कूस बदलली आणि माझी तंद्री मोडली. मी तिच्या चेहऱ्याकडे बघितलं. ती झोपेतच खुदूकन हसली. बहुतेक तिला एखादं छानसं स्वप्न पडत असावं.

किती निष्पाप असतं ना बालमन. कसलीही भीती नाही, चिंता नाही. माझ्या मनात मात्र भीती, चिंता, असुरक्षितता सगळं दाटून आलं होतं. काहीतरी अघटित घडेल की काय असं वाटत होतं. अगदी शेजारी झोपलेलो असूनही आम्ही दोघेही मनाने किती वेगळ्या जगात होतो!

दिपालीला तिची उशी खूप सुरक्षित वाटत होती आणि माझी उशी मात्र रात्रभर भिजत होती.

******

रात्री इतर कुणाशीही बोलण्याचे त्राण उरले नव्हते त्यामुळे सकाळी उठून संजीवनीला काय झालं आहे आणि त्यासाठी आम्ही लगेच नागपूरला जात आहोत हे सगळ्यांना कळवणं भाग होतं. आम्ही घरी नसताना घराचं काय ते पण बघावं लागणार होतं. शिवाय गाडीचं तिकीट, पैशांची सोय सगळंच करायचं होतं.

आमच्या घरासमोरच शहा म्हणून एक गुजराती कुटुंब राहत असे. ते अडीअडचणीला त्यांचा फोन वापरू देत असत. मी सकाळी सकाळीच त्यांच्या घरी गेलो. सगळ्यात आधी भाऊंना म्हणजे माझ्या वडिलांना फोन करून सगळी परिस्थिती सांगितली. त्यावेळी ते खामगांवपासून साधारण दीड तासांवर असलेल्या जळगांव जामोदला राहत होते. तिथे आमचा स्वतःचा मोठा वाडा होता. वाड्यातच वरच्या मजल्यावरच्या एका खोलीत ते वयाच्या ८२ व्या वर्षी सुद्धा रोग्यांना तपासायचे. वैद्यराज सिद्धेश्वर विष्णु वडोदकर म्हणून पंचक्रोशीत त्यांचं नाव होतं.

त्यांना सांगितल्यावर ते म्हणाले,

"वसंता(माझं घरचं नाव), तू इथली काहीही काळजी करू नकोस. आधी संजीवनीला घेऊन नागपूरला नीघ. खामगांवची सगळी सोय मी बघतो. पैशांची चिंता अजिबात करू नकोस. शक्य तेवढी सगळी मदत आम्ही करू. वेळ पडली तर आपण आपला मळा(शेत) किंवा घर विकू पण पैसा उभा करू. मुलांचीसुद्धा काळजी करू नकोस. मी उमेश आणि अमृताला(माझा धाकटा भाऊ आणि त्याची बायको) लगेच मुलांजवळ खामगांवला पाठवतो."

त्यांच्या या शब्दांनी मला खूप हिंमत मिळाली. डोळ्यांतलं पाणी पुसत मग यवतमाळला उषामाई, बापू(माझी मोठी बहीण व तिचे यजमान), नागपूरला बबनदादा(माझा मोठा चुलत भाऊ), कल्पना(माझी धाकटी बहीण) असे पटापट फोन लावले. माई आणि बापूंनीसुद्धा मला खूप धीर दिला.

त्यावेळी राजू म्हणजे माझा सर्वांत लहान भाऊ सुभाष हा शिक्षण आणि नोकरीनिमित्त नागपूरलाच राहत असे. त्याला कळताच त्याने डॉ.अजित फडके यांच्या भावाला फोन लावला.

डॉ.अजित फडके यांचं युरॉलॉजिस्ट(मूत्रशास्त्रज्ञ) म्हणून सगळीकडे खूप नाव होतं. मुंबईत दादरला हिंदू कॉलनीमध्ये 'कॉलनी नर्सिंग होम' म्हणून त्यांचं एक मोठं नर्सिंग होम होतं, अजूनही आहे. ते आणि आम्ही मूळचे वडोदा येथे राहणारे. त्यांचे आणि आमचे आधीपासून खूप चांगले संबंध होते. एकमेकांच्या घरी जाणं येणं होतं. त्यांच्या चुलत भावाची आणि राजूची चांगली मैत्री होती. पण फोनवर कळलं की नेमके त्यावेळी डॉ.अजित फडके अमेरिकेला गेलेले होते आणि साधारण एक महिन्याने परत येणार होते. राजूने मला लगेच तसं कळवलं. आता ते येईपर्यंत आणि संजीवनीची परिस्थिती जरा बरी होईपर्यंत आम्हाला नागपूरलाच थांबणं भाग होतं.

आम्ही नागपूरला जात आहोत हे कॉलेजला पण कळवणं गरजेचं होतं. कॉलेजचे प्रिंसिपॉल(प्राचार्य) डॉ.बाबा कवीश्वर आमच्या घराशेजारीच राहत होते. सगळे फोन करून झाल्यावर तसाच बाबांना भेटायला त्यांच्या घरी गेलो. मला इतक्या सकाळी असं अचानक आलेलं बघून त्यांना नवल वाटलं. त्यांनी मला बसवून शांतपणे काय झालं ते विचारलं. त्यांच्याशी बोलताना मात्र मला रडू आवरलं नाही.

ते माझ्या पाठीवर हात फिरवत म्हणाले,

"असं रडू नकोस, सगळं ठीक होईल. तुला काहीही मदत लागली तर आम्हाला सांग. आम्ही सगळे तुझ्या पाठीशी आहोत. कसलीही काळजी करू नकोस. इथलं काय करायचं ते मी बघतो. "

त्यांनी लगेच फोन करून कॉलेजला कळवलं. त्यांचे आशीर्वाद घेऊन मी परत घरी आलो. संजीवनीने तोवर आमचे कपडे भरून ठेवले होते.

आता आणखी एक मोठा प्रश्न आमच्यासमोर उभा होता. मुलांना काय आणि कसं सांगायचं? सोनाली त्यावेळी १० वीच्या क्लासेस साठी दीड महिन्यांपूर्वी नागपूरलाच बबनदादाकडे गेली होती. तिचे क्लासेस कुठलाही खंड न पडता सुरू रहावेत म्हणून संजीवनीने तिला बाबाच्या लग्नाला पण

येऊ दिलं नव्हतं. बबनदादाला कळवल्यामुळे तिला एवढं नक्की माहीत झालं होतं की आम्ही तिथे येत आहोत, पण का हे तिला सांगितलं नव्हतं. समीर तेव्हा जवळपास ११ वर्षांचा होता. त्याला सांगितलं,

"समीर, आईला बरं वाटत नाही आहे. त्यामुळे नागपूरला न्यावं लागणार आहे. तिची तब्येत बरी झाली की येऊ आम्ही परत. तोवर तू राहशील ना इथे नीट?"

तो नुसतं "बरं" म्हणाला आणि खेळायला निघून गेला. दिपाली तर खूपच लहान होती. इतकं लहान मूल आई बाबांशिवाय कसं राहील? मग तिला आम्ही आमच्याबरोबर नेण्याचं ठरवलं. तिला आपण नागपूरला आत्याकडे जात आहोत याचाच जास्त आनंद झाला होता. आता इथे समीरजवळ कोण? हा प्रश्न होता. सिंधूबाई होत्या तशा त्याच्यासोबत पण त्या जाऊन येऊन असायच्या.

दिपाली ३ महिन्यांची असल्यापासून त्या तिला सांभाळायला आमच्या घरी होत्या. तिला खूपच लळा होता त्यांचा. त्यांना मूलबाळ नसल्याने त्याही दिपालीचं सगळं स्वतःच्या मुलीच्या मायेने करायच्या. त्यावेळी शैला(माझी धाकटी बहीण) खामगांवला तिच्या दिरांकडे आली होती. तिला कळवताच ती लगेच समीरसाठी घरी आली. अशा प्रकारे शक्य तेवढ्या लोकांना कळवलं आणि आम्ही उरलेल्या तयारीला लागलो.

बॅग्ज भरून झाल्या होत्या, पाण्याच्या बाटल्या वगैरे भरून घेतल्या आणि आम्ही प्रवासाला निघण्यासाठी तयार होऊन बसलो. आम्ही स्टेशनपर्यंत जायला एक रिक्षा बोलावली. सिंधूबाई अंगणात एका कोपऱ्यात लुगड्याच्या पदराने डोळे पुसत उभ्या होत्या. शरीरात किडनी नावाचा अवयव असतो, तो कुठे आणि कशासाठी असतो, हे त्यांच्या गावीही नव्हतं. आपल्या बाईंना कुठलातरी भयंकर आजार झाला आहे एवढंच त्यांना कळलं होतं आणि तेवढंच त्यांचे डोळे भरून यायला पुरेसं होतं.

संजीवनीने देवाजवळ दिवा लावला, हात जोडून नमस्कार केला.

'सगळं ठीक होऊ दे रे देवा. यातून लवकर बाहेर काढ.'

आम्ही दोघांनी मनातल्या मनात देवाला म्हटलं. नागपूरला किती दिवस लागतील याची काहीही कल्पना नव्हती. आम्ही सामान घेऊन बाहेर आलो तोवर रिक्षा आलीच होती. आम्ही रिक्षात बसलो, समीरने खेळता खेळताच आम्हाला हसून बाय केलं,

"लवकर परत या हं !"

असं म्हणाला आणि परत खेळायला लागला.

"सगळं घेतलं ना रे? नीट जा, इथली काही काळजी करू नकोस. वहिनी, काही काळजी करू नका बरं. सगळं ठीक होईल."

शैलाच्या या बोलण्याने आम्हा दोघांनाही भरून आलं.

"येतो गं"

शैला आणि सिंधूबाई आमची रिक्षा वळेपर्यंत तिथेच उभ्या होत्या.

घर दिसेनासं झालं आणि आमचे दोघांचेही डोळे पाणावले..आम्ही निघालो होतो..घर, दवाखाना, प्रॅक्टिस सगळं सगळं मागे सोडून. डोक्यात फक्त एकच विचार होता, संजीवनीवर लवकरात लवकर उपचार सुरू व्हावेत. खामगांव स्टेशनला जाऊन नागपूरचं तिकीट काढलं. आमची ट्रेन जलंबहून साधारण सकाळी १०:०० वाजता सुटणार होती. खामगांव-जलंब-खामगांव अशी एकाच डब्याची स्पेशल ट्रेन आहे. भारतात अशी ट्रेन फक्त दार्जिलिंग आणि खामगांव या दोनच ठिकाणी आहे. सगळे त्या ट्रेनला थोटूक असं म्हणत. आम्ही त्यात बसून जलंबला निघालो.

तिथे पोहचेपर्यंत आम्ही दोघेही एकमेकांशी फारसं काही बोलत नव्हतो आणि बोलणार तरी काय? मला असं वाटत होतं की संजीवनी अजूनही याबाबतीत म्हणावी तशी गंभीर दिसत नाही. पण खरं तर ती तिच्या मनात काय सुरू आहे हे मला दाखवत नव्हती. आम्ही जलंबला साधारण ९:०० वाजता पोहचलो. गाडी यायला अजून थोडा वेळ होता. संजीवनी तिथेच एका बाकावर बसली. दिपूला इतक्या सकाळी उठवल्यामुळे खूप झोप येत होती. ती संजीवनीच्या मांडीवर आडवी होऊन झोपली होती. मी मात्र प्लॅटफॉर्मवरच इकडून तिकडे फेऱ्या मारू लागलो.

माझा काळजीने काळवंडलेला चेहरा बघून संजीवनी मला म्हणाली,

"का हो, इतका का विचार करत आहात तुम्ही? कसली भीती वाटते आहे तुम्हाला?"

मी तिला तेव्हा माझ्या मनातली भीती बोलून दाखवली नाही. तिला आत्ता काही त्रास होत नाही आहे यातच मला समाधान वाटत होतं.

तीसुद्धा एक डॉक्टरच होती आणि तिला हे नक्की कळलं होतं की तिच्या दोन्ही किडनीज फेल झाल्या आहेत पण कदाचित तिला असं वाटत असावं की फार काळजी कशाला करायची? नागपूरला उपचारासाठीच तर जात आहोत. जे होईल ते होईल. पण मला मात्र तसं करायला जमत नव्हतं. मला आतून असं वाटत होतं की हे दिसतं आहे त्यापेक्षा नक्कीच काहीतरी वेगळं निघणार आहे. केवळ नागपूरपर्यंत जाऊन हा प्रवास थांबणार नाही. पण हे संजीवनीला कसं समजावून सांगावं हे मला कळत नव्हतं. मला बाईची खूप आठवण येऊ लागली. खरंच आहे, कितीही मोठं झालं तरी आईची गरज प्रत्येक मुलाला असतेच.

विचार करून करून शेवटी मी पण संजीवनीच्या शेजारी जाऊन बसलो. थोड्या वेळाने आमची ट्रेन आली. ट्रेनच्या आवाजाने दिपू उठली. सामान फारसं नव्हतंच. आम्ही तिघेही आत जाऊन बसलो. गर्दी खूप होती. तिकीट काढलेलं असल्याने जेमतेम बसायला जागा मिळाली. घरून थोडंफार खाऊन आल्यामुळे दोघांनाही भूक नव्हती. दिपूसाठी खायला बिस्किटं आणली होती. ती खात खात दिपू खिडकीबाहेर बघत बसली. थकव्यामुळे संजीवनीला बसल्या बसल्याच झोप लागली. मला आदल्या रात्री झोप लागली नव्हती आणि सकाळपासून खूप धावपळ झाली होती. त्यामुळे माझापण लगेच डोळा लागला.

२० मे नागपुर

संध्याकाळी साधारण ४:३० वाजता आम्ही नागपूर स्टेशनला उतरलो. बबनदादा गोकुळपेठला राहत असे. स्टेशनवरून रिक्षा करून आम्ही सरळ त्याच्या घरी निघालो. अर्ध्या तासातच आम्ही घरी पोचलो. सोनालीनेच दार उघडलं.

"ताऽऽऽई"

दिपू अतिशय आनंदाने सोनालीला बिलगली. जवळपास दीड महिन्याने आमची आणि तिची भेट होत होती. आम्हाला बघून सोनाली खूष झाली पण तिच्या चेहऱ्यावर अनेक प्रश्न स्पष्ट दिसत होते. तिला एवढं लक्षात होतं की आईचे पाय खूप दुखायचे, विशेषतः टाचा, त्यासाठीच कदाचित हे दोघं इथे आले असतील. आम्ही आत येऊन सोफ्यावर बसलो तोवर सोनाली पाणी घेऊन आली. दिपूचा आवाज ऐकून बबनदादा आणि हेमा वहिनी बाहेरच्या खोलीत आले. त्यांना नमस्कार करून चौकशी वगैरे झाल्यावर संजीवनी दिपूला घेऊन बाथरूममध्ये गेली.

ते बघून सोनाली माझ्या जवळ आली आणि माझ्या हातात पाण्याचा ग्लास देता देता शेवटी तिने विचारलंच,

"आईला काय झालं आहे नाना?"

तिला मी थोडंफार समजावून सांगण्याचा प्रयत्न केला पण तिला त्यातलं फारसं काही कळलं नाही. ती जरी मोठी असली तरी या आजाराचा गंभीरपणा कळण्याइतकी मोठी नक्कीच नव्हती. तिला जास्त प्रश्न पडू लागले. दादाची मुलगी जयश्री हे सगळं बघतच होती. तिने गोंधळलेल्या सोनालीला सांभाळलं आणि तिला आत घेऊन गेली. दादा आणि वहिनींनी संजीवनीची चौकशी केली आणि वहिनी आमच्यासाठी चहा करायला आत गेल्या.

दादा मला म्हणाला,

"आता पुढे काय करायचं?"

"दादा, खरं तर आम्ही आत्ता मुंबईला असायला हवं होतं. तिथे डॉ.अजित फडके आहेत. त्यांना दाखवणं खूप गरजेचं आहे. पण ते सध्या अमेरिकेला गेलेले आहेत. महिना तरी लागेल त्यांना परत यायला. ते येईपर्यंत संजीवनीवर काहीतरी उपचार करणं खूप गरजेचं आहे. खामगांव आणि अकोल्याला हे शक्य नाही. महिन्याभरात इथे तिच्या लेव्हल्स थोड्याफार जरी नॉर्मलला आल्या तरी मुंबईला जाता येईल."

"पण इथे कुणाला दाखवणार आहेस?"

"इथे नागपूर मेडिकल कॉलेजला डॉ.चौबे म्हणून आहेत. त्यांना जाऊन भेटतो. ते नक्कीच योग्य ते मार्गदर्शन करतील."

"मग लगेच त्यांना फोन लावून अपॉइंटमेंट घेऊन टाक."

"हो. लगेच घेतो. "

तेवढ्यात हेमा वहिनींनी चहा आणला आणि तो पिता पिताच मी डॉ.चौबेंचा फोन नं शोधू लागलो. आम्ही सकाळीच खामगांवहून निघालो असल्याने आमचं जेवण झालेलं नव्हतं. मग वहिनींनी लगेच आमची ताटं वाढली.

"नाना, आधी जेवून घे बरं. मग फोन लाव."

वहिनी म्हणाल्या तसं आम्ही लगेच जेवायला बसलो. त्या दिवशी दुपारचं जेवण आम्ही संध्याकाळीच जेवलो. जेवण झालं आणि मी बबनदादाकडूनच डॉ.चौबेंसाठी नागपूर मेडिकल कॉलेजला फोन लावला.

"हॅलो, नागपूर मेडिकल कॉलेज. "

"हॅलो, मी डॉ.वडोदकर बोलतो आहे. मला डॉ.चौबेंशी बोलायचं आहे. त्यांना जरा बोलावता का?"

"माफ करा डॉक्टर, पण चौबे सर इथे नाहीत. ते कालच गावाला गेलेत."

"ओह, कधी येतील ते?"

"आठ दिवस तरी लागतील असं सांगून गेलेत."

"बरं. ठीक आहे. धन्यवाद. "

मी अतिशय निराशेने फोन ठेवला. डॉ.अजित फडके नाहीत पण डॉ.चौबे तर आहेतच या आशेवर आम्ही नागपूरला आलो होतो. संजीवनीला ताबडतोब एखाद्या नेफ्रॉलॉजिस्टला(मूत्रपिंड तज्ज्ञ) दाखवणं गरजेचं होतं. बबनदादा, मी आणि संजीवनी यावर चर्चा करत होतो. थोड्या वेळात वहिनी पण आल्या.

आम्ही सगळे आता पुढे काय असा विचार करत असतानाच दारावरची बेल वाजली. पाहिलं तर अण्णा म्हणजे संजीवनीचे वडील होते. अण्णा त्यावेळी खामगांवला आमच्याबरोबर आमच्या घरीच रहायचे. संजीवनीची आई वारली तेव्हा त्यांना आपल्या घरी आणायचं असा निर्णय आम्ही घेतला होता. दर उन्हाळयात ते नागपूरला त्यांच्या बहिणीकडे किंवा वर्ध्याला संजीवनीची मोठी बहीण सुधाकडे जात असत. आम्ही सगळे सुधाताईंना अक्काच म्हणायचो. तर या उन्हाळयातही अण्णा नेहमीप्रमाणेच नागपूरला आलेले होते. त्यांचं आणि बबनदादाचं छान जमायचं. ते नागपूरला असले की बरेचदा त्याच्या घरी येऊन बसत. असेच नेमके आम्ही पोचलो त्याच दिवशी ते पण तिथे आले होते. आम्हाला बघून त्यांना आनंदही झाला आणि आश्चर्यही वाटलं.

"अरे..तुम्ही इथे कसे काय?"

असं म्हणतच ते आत आले.

पण आम्ही इतक्या गंभीर चेहऱ्याने बसलेलो होतो की आम्हाला बघून ते जरा गोंधळलेच.

"रमेशराव? काय झालं? तुम्ही सगळे इतके गंभीर का? आणि असे अचानक कसे काय आलात?"

"अण्णा, या. बसा इथे. सांगतो सगळं."

मग त्यांच्या शेजारी बसून मी त्यांना आम्ही नागपूरला असे अचानक का आलो ते सांगितलं. माझ्या प्रत्येक वाक्याबरोबर त्यांचा चेहरा बदलत

गेला. आपल्या पोटच्या मुलीला इतक्या कमी वयात एवढा मोठा आजार झाला आहे हे कळल्यावर कुठलाही बाप जसा हतबल होईल तसेच तेही झाले. पण परिस्थिती बघून त्यांनी स्वतःला सांभाळलं. थोडा वेळ बसून ते घरी गेले.

आमचं जेवण उशिरा झालेलं असल्याने रात्री आम्हाला भूकच नव्हती. बाकी सगळ्यांची जेवणं झाली. बबनदादासाठी संजीवनी अगदी त्याच्या मुलीसारखी होती त्यामुळे तो थोडा शांतच होता. मुलांनीच मागचं सगळं आवरलं आणि सगळ्यांच्या झोपण्याची सोय केली. मी, संजीवनी, सोनाली आणि दिपू तिथेच हॉल मध्ये खाली गाद्या टाकून आडवे झालो.

आता शारीरिक थकव्यापेक्षा मानसिक थकवाच जास्त जाणवत होता. पूर्ण प्रवासात मी आणि संजीवनी फारसं बोललो नव्हतो. मलाच इतकं अस्वस्थ वाटत होतं तर तिचं काय होत असेल? असं अचानक काहीतरी निघेल असं तिलाही वाटलं नव्हतं. मग आम्ही थोडा वेळ गप्पा मारल्या. समीर ठीक असेल ना? उमेश आणि अमृता पोचले असतील का खामगांवला? असे अनेक विचार आमच्या डोक्यात येऊ लागले पण खामगांवच्या घरी फोन नसल्याने हे सगळं उद्याच विचारावं लागेल असं म्हणून आम्ही दोघेही झोपलो.

दुसऱ्या दिवशी सकाळी सगळं आवरलं आणि आधी खामगांवला फोन केला. उमेश आणि अमृता आदल्या दिवशीच संध्याकाळी तिथे पोचले होते. एक काळजी मिटली. मग नागपूरला इतर कुणी नेफ्रॉलॉजिस्ट आहेत का याची चौकशी सुरू केली. यात आमचा हेतू इतकाच की डॉ.चौबे येईपर्यंत जर का संजीवनीला काही त्रास झालाच तर कुणीतरी डॉक्टर हवा. असेच २-३ दिवस गेले. पण त्या २-३ दिवसांतच दिपू फारच कंटाळली. एक तर तिच्या वयाचं तिथे कुणीच नव्हतं आणि सोनूसुद्धा तिच्या क्लासला निघून जायची. आम्ही पण सतत या ना त्या डॉक्टरकडे किंवा कुठल्यातरी टेस्टसाठी बाहेरच असायचो. मग काही वेळा दिपू एकटीच खाली खेळायला जायची. जयू तिच्याकडे वर खिडकीतून लक्ष ठेवायची. बबनदादाच्या बिल्डिंगमध्ये सगळ्यात खालच्या मजल्यावर काही आफ्रिकन अमेरिकन लोक राहत होते. दिपाली खाली गेली की ते प्रेमाने तिला हाक मारायचे. दिपालीला त्यावेळी

इंग्रजी समजत नव्हतं त्यामुळे तिला काहीही कळायचं नाही आणि ती खूप घाबरायची. म्हणून तिने खाली जाणं पण बंद केलं. असंही तिला खामगांवहून निघताना वाटत होतं की आपण स्वप्नाकडेच(कल्पनाची मुलगी) जात आहोत आणि अजून आई नानांनी आपल्याला तिच्याकडे नेलं नाही म्हणून तिची रडरड सुरू झाली.

मग एक दिवस सकाळी आम्ही दिपूला घेऊन कल्पनाच्या घरी गेलो. आम्हाला डॉ.चौबेंना भेटता आलं नाही हे कळताच सतीशराव म्हणजे कल्पनाचे यजमान म्हणाले,

"आमच्या ओळखीचे एक डॉक्टर आहेत. डॉ.सुनील देशपांडे म्हणून. एम.डी.आहेत. डॉ.चौबे परत येईपर्यंत त्यांना दाखवता येईल."

आम्ही लगेच तयार झालो. त्यांनी ताबडतोब डॉ.सुनील देशपांडेंची वेळ घेतली. दिपूला कल्पनाच्या घरी ठेवून आम्ही तिथूनच डॉ.देशपांडेंना भेटायला गेलो.

त्यांनी संजीवनीला तपासलं, तिचे रिपोर्ट्स बघितले आणि म्हणाले,

"इथे डॉ.आचार्य म्हणून एक नेफ्रॉलॉजिस्ट आहेत. तुम्ही त्यांना जाऊन भेटा. "

आम्ही लगेच डॉ.आचार्य यांची वेळ घेतली. कारण त्या काही दिवसांतच हळू हळू संजीवनीचे पाय दुखणं, पायांवर सूज येणं, अधून मधून धाप लागणं, हे सुरू झालं होतं. मग अपॉइंटमेंटच्या दिवशी डॉ.आचार्य यांना भेटलो.

सगळं बघून ते म्हणाले,

"आत्ताच्या या रिपोर्ट्सवरून संजीवनीचं डायलिसीस सुरू करावं लागेल हे नक्की. "

आम्हाला याची कल्पना होतीच.

मी लगेच म्हणालो,

"कधी सुरू करूया सर?"

“पुढच्या आठवड्यात करू सुरू. माझ्याकडच्या डायलिसीसच्या मशीनचा एक पार्ट खराब झाला आहे. पुढच्या आठवड्यात तो बदलून मिळेल. मग आपण लगेच हिमोडायलिसीस सुरू करूया. तोवर मी काही औषधं लिहून देतो. त्याने काही फरक पडतो का बघू.”

“ओके सर. थँक यू.”

तिथून आम्ही दोघं बबनदादाच्या घरी निघालो. येता येताच खालच्या मेडिकल स्टोर्स मधून संजीवनीची औषधं घेतली आणि घरी जाण्यासाठी जिन्याने वर जाऊ लागलो. तर संजीवनीला इमारतीचा जिना चढणं खूप कठीण वाटायला लागलं. साध्या २-३ पायऱ्यासुद्धा चढवेना तिला. मी वर जाऊन मिलिंद आणि मकरंदला बोलावून आणलं. मग मी आणि त्या दोघांनी मिळून तिला जिन्यातून उचलून वर आणलं. त्यानंतरचे चार पाच दिवस बरे गेले. या काही दिवसांत तिचे एक्स-रेज, वेगवेगळ्या टेस्ट्स असं चालूच होतं. भर उन्हाळ्यात संजीवनीला खूप थंडी वाजायची म्हणून तिला मलेरियाच्या गोळ्या पण सुरू होत्या.

******

मात्र एका रात्री संजीवनीला खूप त्रास व्हायला लागला. तिला रात्री झोपच लागत नव्हती.

ती मला उठवून म्हणाली,

“अहो, मला खूप कसंतरी होत आहे. जीव घाबरा होतो आहे...काही कळत नाही काय होत आहे ते! मला सहन होत नाही हो आता...अहो!”

मी तिला लगेच औषध दिलं पण तरीही साधारण पहाटे ३:०० वाजता संजीवनीला खूप उलट्या व्हायला लागल्या आणि खूप धाप लागायला लागली. तिला काहीही सुचत नव्हतं.

फक्त “अहो..अहो..” एवढंच म्हणत होती ती.

तिला या अवस्थेत बघणं माझ्यासाठी खूप कठीण होतं. अगदी ८ दिवसांतच तिची ही अवस्था झाली होती. काही दिवसांपूर्वीच पेशंट्स तपासत असणारी संजीवनी आज स्वतः पेशंट झाली होती. तिच्या उलट्यांचा

आवाज ऐकून बबनदादा, मिलिंद आणि मकरंद सगळे उठून धावतच संजीवनीला काय होतं आहे ते बघायला आले.

स्वतःला सावरत मग मी, मकरंद आणि मिलिंद तिघांनी मिळून संजीवनीला उचलून जिन्यातून खाली आणलं. तोवर पहाटेचे ४:३० वाजले असतील. इतक्या सकाळी रिक्षा पण पटकन मिळेना. थोड्या वेळाने एक ऑटोवाला दिसला. संजीवनीची अवस्था बघून तो लगेच हॉस्पिटलला जायला तयार झाला. मग त्याच्या ऑटोने सरळ नागपूर मेडिकल कॉलेजला गेलो. बबनदादा पण आला आमच्या मागोमाग. हॉस्पिटलला पोहचेपर्यंत माझ्या जिवात जीव नव्हता. संजीवनीला हे असं मी कधीही बघितलं नव्हतं. ती श्वास घेण्यासाठी खूप प्रयत्न करत होती पण घेतलेला श्वास तिच्या छातीपर्यंत पोहचत नव्हता. घरापासून हॉस्पिटलला जाईस्तोवर संजीवनी खूप थकली होती. तिथे पोहचल्यावर तिला तिथे पण उलटी झाली. मग तिथल्या डॉक्टरांनी संजीवनीला लगेच इमर्जंसी रूममध्ये भरती केलं. त्यावेळी डॉ.चौबे तिथे नसल्याने त्यांचं डिपार्टमेंट त्यांचे असिस्टंट डॉक्टर बघत होते.

त्यांनी संजीवनीच्या परत काही टेस्ट्स केल्या आणि सगळं तपासून मला म्हणाले,

"ह्यांना त्या मलेरियाच्या गोळ्यांनी उलट्या होत आहेत. हिमोग्लोबिन पण खूप कमी झालं आहे त्यामुळे लगेच रक्त द्यावं लागणार आहे."

मिलिंद आणि मकरंद त्यावेळी माझ्यासोबतच होते. मकरंदचा आणि संजीवनीचा ब्लड ग्रुप एकच असल्याचं कळल्यावर तो लगेच म्हणाला,

"मी आहे ना काका, मी देतो रक्त. तुम्ही अजिबात काळजी करू नका."

मला खूप कौतुक वाटलं त्याचं. या मुलांशी माझं चांगलं जमायचं. ती मुलं पण 'काका काका' करत छान मित्रासारखं बोलायची माझ्याशी. मिलिंद आणि मकरंद दोघेही त्यांच्या परीने शक्य ते सगळं करत होते. संजीवनीला जिन्यावरून उचलून आणणे, नेणे. सगळीकडे माझ्या मदतीला सोबत येणे आणि आता हे रक्त देणे. त्यांच्या वयाच्या मानाने खूप जबाबदारीचं वागणं होतं हे.

संजीवनीला २ बाटल्या रक्ताची गरज होती. त्यावेळी माझी एक चुलत बहीण तिथेच काम करायची. तिने तिच्या ओळखीने संजीवनीसाठी रक्त उपलब्ध करून दिलं.

मग संजीवनीला त्यांनी एका रूममध्ये नेलं आणि तिच्यावर उपचार सुरू केले.

मी बाहेर येऊन आधी अण्णांना फोन लावला. अण्णांना कळताच ते लगेच हॉस्पिटलला आले. श्रीकांत म्हणजे संजीवनीच्या आतेबहिणीचा रेखाचा नवरा त्यांना घेऊन आला होता.

तीन-चार दिवस संजीवनी तिथेच होती. तिच्या खोलीत पेशंटच्या नातेवाईकांसाठी असते तशी झोपण्याची सोय नव्हती म्हणून मी बाहेर वेटिंग मध्ये थांबायचो. रोज पहाटे ५:०० वाजता मी क्वचित बसने किंवा जास्तकरून पायीच कल्पनाकडे जात असे आणि येताना सगळं आवरून जेवणाचे डबे घेऊन येत असे. खरं तर कल्पनाची मुलगी त्यावेळी दीडच वर्षांची होती पण कल्पना सगळं मनापासून आणि खूप व्यवस्थित करायची.

साधारण चौथ्या दिवशी नेहमीप्रमाणेच सकाळी मी कल्पनाकडून आलो आणि संजीवनीला भेटायला गेलो. ती जागीच होती. तिच्या खोलीत शिरता शिरता,

“काय गं, बरं वाटतं आहे का आता? झोप लागली का रात्री? मळमळ वगैरे होत नाही ना आता?”

असं विचारलं.

ती मला बघून उठून बसण्याचा प्रयत्न करू लागली आणि काही बोलणार तेवढ्यात तिला खूप धाप लागायला लागली, श्वास घ्यायला त्रास व्हायला लागला. मी लगेच डॉक्टरांना बोलावून आणलं.

ते म्हणाले,

“आता आपण फार काळ चौबे सरांची वाट पाहत थांबू शकणार नाही, ह्यांचं डायलिसीस लगेच सुरू करावं लागेल.”

पण नेमकं त्यावेळी तिथलं हिमोडायलिसीसचं मशीन बंद पडलं होतं आणि डॉ.चौबे आल्याशिवाय ते सुरु करता येत नव्हतं म्हणून त्या डॉक्टरांनी पेरीटोनिअल डायलिसीस करण्याचा निर्णय घेतला आणि लगेच संजीवनीला आय.सी.यु.मध्ये नेलं. मी ताबडतोब फोन करून सगळ्यांना तसं कळवलं.

संजीवनीला आय.सी.यु.मध्ये ठेवल्याचं कळताच किशोर(माझा लहान भाऊ) आणि भाऊ म्हणजे माझे वडील तिला भेटायला जळगांव जामोदहून नागपूरला आले. येताना ते समीरलाही घेऊन आले होते.

संजीवनीची तब्येत फारच बिघडत होती. हॉस्पिटलमध्ये सगळं बघून किशोर म्हणाला,

“मी जाताना सोनालीला परत घेऊन जातो. तिचे क्लासेस ती खामगांवला पूर्ण करेल. तिथे पण हल्ली चांगले क्लासेस सुरू झालेले आहेत. इथे थांबली तर नंतर खामगांवपर्यंत परत तिला न्यायला कुणी नसेल त्यापेक्षा आत्ताच तिला माझ्याबरोबर घेऊन जातो. तुला पण इथे पूर्ण वेळ वहिनींजवळ थांबता येईल. सोनालीची वेगळी काळजी नको. खामगांवला उमेश आणि अमृता पण आहेतच. ते बघतील सगळं. ”

मला ते पटलं. संजीवनीला अजून किती वेळ हॉस्पिटलमध्ये रहावे लागेल हे नक्की माहीत नव्हतं त्यामुळे सोनालीला खामगांवला पाठवण्याचं ठरलं. तिच्या क्लासला एक दोन दिवसांची सुटी असल्याने सोनाली कल्पनाकडे आलेली होती. त्या दिवशी सोनालीला भेटून तिला मी तसं समजावलं. तेव्हा तिला आईला नक्की काय झालं आहे याची थोडीफार कल्पना आली. खरं तर तिचा क्लास १५ दिवसांत संपणारच होता पण तरी ती खामगांवला जायला तयार झाली.

मग कल्पना तिला म्हणाली,

“आता खामगांवला जायचं ठरलं आहे तर एकदा आईला भेटून ये. राजू किंवा हे घेऊन जातील तुला हॉस्पिटलला.”

हे बोलत असताना दिपू तिथेच स्वप्नाशी खेळत होती. ताई आईला भेटायला जाणार एवढंच तिला कळलं आणि ती “मला पण आईकडे जायचं” म्हणून हट्ट करायला लागली.

मग दुसऱ्या दिवशी राजू सोनाली, समीर आणि दिपूला घेऊन संजीवनीला भेटायला आला. संजीवनी आय.सी.यु.मध्ये असल्यामुळे तिच्या जवळ जाण्याचा प्रश्नच नव्हता. त्यामुळे हॉस्पिटलमध्ये येऊनही आईला फक्त दुरून बघता येईल पण तिच्याजवळ जाता येणार नाही हे कळल्यावर दिपू रडायला लागली. समीर आणि सोनाली खूप नाराज झाले. पण त्या दोघांना आईला निदान बघायचं होतं.

मग आधी सोनालीला तिथल्या नर्सेसनी व्हिजिटर्स एप्रन घालायला दिला, केस झाकले जावे म्हणून कागदी टोपी दिली, तोंडाला मास्क लावून दिला आणि सोनालीला आय.सी.यु.च्या आत जायला सांगितलं. सोनाली जरा गोंधळलीच होती हे सगळं बघून. संजीवनीची खोली आय.सी.यु. मध्येही अगदी आतल्या बाजूला होती. सोनाली तिच्या खोलीबाहेर पोचली पण तिला आत जाण्याची परवानगी नव्हती.

संजीवनीच्या खोलीला असलेल्या दाराला वरच्या बाजूला एक चौकोनी काच होती पण ती काच सोनालीच्या उंचीपेक्षाही बरीच वर होती त्यामुळे तिला त्यातून काही बघता येत नव्हतं. तिने आजूबाजूला बघितलं. तिथे शेजारीच एक छोटं स्टेनलेस स्टीलचं स्टुल ठेवलेलं होतं. तिने ते उचलून आणून दाराला लावून उभं केलं. सोनाली त्यावर उभी राहिली आणि त्या काचेतून आई दिसते का बघू लागली. तिला आत काही मशिन्स दिसल्या, बऱ्याच ट्यूब्ज होत्या. शेजारी एक बेड होतं, त्याच्या दोन्ही बाजूने सलाईन सारखे स्टॅन्ड होते. या सगळ्यांमध्ये सोनालीला त्या बेडवर हॉस्पिटलच्या गाउनमध्ये झोपलेली आणि तिच्याकडे मृत नजरेने बघत असलेली संजीवनी दिसली. सोनाली डोळे विस्फारून संजीवनीच्या सुया खुपसलेल्या हातांकडे बघतच राहिली. तिला काय करावं ते कळेना. पण ती स्वतःला सांभाळत संजीवनीकडे बघून हसली आणि तिला हात दाखवला. संजीवनीने काहीही हालचाल केली नाही कारण तिच्या दोन्ही हातांना आय.व्ही. (Intravenous) लावलेलं होतं. ती सोनालीकडे एकटक बघत होती. तिची ती भावशून्य नजर बघून सोनाली घाबरली.

तिला कळत नव्हतं की तिचीच आई तिला ओळखत का नाही आहे? तिच्याकडे अशी का बघते आहे? तिला तिच्या आईला या अवस्थेत बघवत

नव्हतं. तिला तिचा अभ्यास घेणारी, पेशंट्स तपासणारी, धडधाकट आई डोळ्यांसमोर दिसू लागली. दोन महिन्यांपूर्वीच तर आईने माझ्यासाठी इतकी माहिती गोळा करून, पैसे खर्च करून इतका चांगला क्लास लावून दिला होता. माझ्या भविष्याचा माझ्यापेक्षाही जास्त आईने विचार केला. माझा अभ्यास, परीक्षा, करिअर या सगळ्यासाठी इतक्या ठामपणे उभ्या असलेल्या आईवर अचानक अशी मशिन्सच्या गराड्यात झोपून राहण्याची वेळ का आली?

सोनालीला ते सगळं असह्य झालं आणि ती खाली उतरून त्याच स्टुलवर बसून खूप रडायला लागली. तिचं ते रडणं ऐकून तिथल्या २ नर्सेस धावत आल्या. त्यांनी सोनालीला खूप समजावून सांगितलं. त्यांना संजीवनीची अवस्था माहीत होती. आईला कळलं की तू रडते आहेस तर तिला खूप वाईट वाटेल आणि आणखी त्रास होईल असं त्या नर्सेसनी सांगितल्यावर सोनालीचं रडणं थांबलं.

त्यानंतर समीरही संजीवनीला अशाच पद्धतीने बघून आला. बाहेर आल्यावर तोही रडायला लागला. हे सगळं घडलं तेव्हा मी संजीवनीची औषधं आणायला बाहेर गेलो होतो आणि राजू दिपूला घेऊन बाहेरच्या गमती दाखवत होता. मी आल्यावर नर्सेस आणि सोनालीकडून मला झाला प्रकार कळला. समीर आणि सोनू सारखे डोळे पुसत होते. दिपू फारच लहान असल्याने तिला तिथे फार वेळ थांबवणं शक्य नव्हतं. त्यात तिला आईला भेटू दिलं नाही म्हणून तिचं रडणं थांबत नव्हतं. मग राजू तिघांनाही घेऊन घरी जायला निघाला.

आता तिघंही रडायला लागली. मला मुलांचं रडणं बघून राहवलं नाही. माझ्या डोळ्यांतून देखील पाणी वाहू लागलं. ते बघून समीर आणि सोनू एकदम शांत झाले. त्या दोघांनीही मला असं रडताना पहिल्यांदाच बघितलं होतं. पण मी रडतो आहे हे बघितल्यावर दिपू खूपच मोठ्याने रडायला लागली. मग मात्र राजूने घाई केली आणि मुलांना घेऊन तिथून बाहेर पडला. दिपू मला सोडून जायला तयार नव्हती मग मी तिला कडेवर घेऊन हॉस्पिटलच्या गेटपर्यंत गेलो.

मग गेटपाशी राजूने तिला स्वतःजवळ घेतलं.

राजू तिला कडेवर घेऊन जात असताना दिपू सारखी माझ्याकडे दोन्ही हात करून खूप रडत होती. तिला वाटत होतं की मी तिला माझ्याजवळ राहू द्यावं पण ते शक्यच नव्हतं. मग मी दिपूला पण खामगांवला परत पाठवण्याचा निर्णय घेतला कारण या सगळ्या गडबडीत तिच्याकडे लक्षही देता येत नव्हतं. शिवाय तिची शाळा पण सुरु होणार होती आणि ती उमेशजवळ खूप छान राहत असे. मग दुसऱ्या दिवशी तिन्ही मुलं किशोर आणि भाऊंसोबत खामगांवला निघून गेली.

******

इकडे संजीवनीच्या खोलीत माझ्याशिवाय कुणालाही जाण्याची परवानगी नव्हती. मीसुद्धा जर बोलावलं तरच तिच्या खोलीत जात असे. नाहीतर बाहेर बसून पुस्तक वाचणे किंवा डॉक्टर्स क्वार्टरमध्ये जाऊन त्यांच्याशी ते ड्यूटीवर जाईपर्यंत गप्पा मारणे असं काहीतरी करत असे.

पेरीटोनिअल डायलिसीस सुरू असताना कुठल्याही कडेवर झोपता येत नाही त्यामुळे संजीवनीला उताणंच झोपावं लागायचं आणि खाणं पिणं पण जवळपास बंदच होतं. तसंही शरीरात युरियाचं प्रमाण जासूत झालेलं असेल तर भूक खूप कमी लागते. तसं सलाईन सुरू होतं तिला. दोन्ही हातांना आय.व्ही.असल्याने हातसुद्धा हालवता येत नव्हते. दिवसभर संजीवनीचं सगळं करण्यासाठी एक नर्स होती पण रात्री कुणीच नसायचं. त्यामुळे रात्री तिचं आय.व्ही.गळायला लागलं तरी सकाळपर्यंत कुणाला कळायचं नाही. पलंगावरची चादर बदलली तरी खालचं रबर ओलंच राहत असे. मला कळल्यावर मी लगेच डॉक्टरांशी बोललो. मग त्यांनी नर्सेसना नीट लक्ष द्यायला सांगितलं.

संजीवनीला रूम मिळालेली नसल्याने मी अजूनही बाहेरच तिथल्या एका बाकावर झोपत असे. इकडे आय.सी.यु.मध्ये सतत झोपून असल्याने आणि इतकी औषधं सुरू असल्याने संजीवनीला भास व्हायला लागले.

एक दिवस तिने मला आत बोलावलं. मी तिच्याजवळ गेलो तेव्हा ती जरा गुंगीतच होती.

बोलताना खूप अडखळत मला म्हणाली,

"अहो, आत्ता बाई(माझी आई) आल्या होत्या. माझ्या डोक्यावरून, अंगावरून हात फिरवून म्हणाल्यात की तू लवकरच बरी होशील आणि निघून गेल्या. त्या भेटल्यात का तुम्हाला बाहेर?"

हे ऐकून मी सुन्न झालो.

मला कळेना यावर काय बोलावं. नंतर काही वेळा मी तिच्या खोलीत गेलो की ती खूप बडबड करायची पण मला त्यातलं काहीही कळायचं नाही. मी ते सगळं शांतपणे ऐकून घेत असे.

कधी वाटायचं की ही आपल्याजवळ बोलते तरी. आपण कुणाजवळ बोलायचं? कोण आहे आपल्याजवळ आपलं मन मोकळं करायला? संजीवनीला भेटायला अण्णा आणि रेखा यायचे पण त्यांनाही फक्त काचेतून बघून परत यावं लागत असे आणि तिथे फार वेळ थांबताही येत नसे. मग माझ्याशी काय बोलणार एवढ्या कमी वेळात? माझी चौकशी करून ते निघून जात. राजू प्रत्येक वेळी माझ्या बरोबर असायचा. पण त्यावेळी त्याची परीक्षा असल्याने मी त्याच्याशी याबाबतीत फार काही बोलायचो नाही. अशा वेळी माझी *विवेकानंदांची पुस्तकं*[2] मला दिसायची आणि ती वाचताना मी थोडा वेळ का होईना सगळं विसरत असे.

चार दिवसांनी संजीवनीला धाप लागणं जरा कमी झालं. मग तिचं डायलिसीस बंद केलं. पेरीटोनिअल डायलिसीसनंतर पोटाला साधारण २-३ टाके द्यावे लागतात. संजीवनीला भूल न देताच डॉक्टरांनी ते टाके घातले आणि तेही नीट न घातल्या गेल्यामुळे तिथली त्वचा सैल राहिली आणि संजीवनीचा दिपूच्या जन्माच्या वेळी झालेला हर्निया आणखी वाढला. कसं सहन केलं तिने तीच जाणे.

---

[2] *मी विवेकानंदांचा भक्त आहे असे म्हटले तरी चालेल. माझ्याकडे त्यांची भरपूर पुस्तकं आहेत आणि ती सगळी मी वाचली आहेत. मला ती पुस्तकं वाचायला आणि लोकांना भेट म्हणून द्यायला फार आवडतं. विवेकानंदांचे विचार सर्वांपर्यंत पोहचावेत अशी माझी मनापासून इच्छा आहे. माझ्यावर त्यांच्या विचारांचा फार मोठा प्रभाव आहे.*

मग तिला आय.सी.यु.मधून स्पेशल वॉर्डमध्ये आणलं कारण तेव्हा रूम उपलब्ध नव्हती. पण आय.सी.यु.मध्ये तिचे कपडे सतत ओले राहिल्यामुळे तिला मागच्या बाजूला बेडसोर्स झाले. हे बेडसोर्स अतिशय त्रासदायक असतात. असह्य वेदना होतात.

हे सगळं घडलं तोवर डॉ.चौबे परत आले. आय.सी.यु.मधून बाहेर आल्यापासून संजीवनीला हॉस्पिटलचं जेवण सुरू झालं. माझं तसंच कल्पनाकडे जेवायला जाणं सुरू होतं. क्वचित संजीवनीला जेवण गेलं नाही किंवा जेवण खूप जास्त असेल तर मी तिच्याबरोबरच जेवत असे.

असेच आणखी काही दिवस गेले. पण संजीवनीच्या तब्येतीत म्हणावी अशी काहीही सुधारणा नव्हती. उलट हळूहळू संजीवनीची तब्येत आणखीनंच बिघडायला लागली. तिच्या पायांतली ताकद खूप कमी झाली. पाय जड पडले. तिला स्वतःच स्वतः उठून पण बसता येत नव्हतं. टेस्ट्स करायला नेताना राजू तिला अक्षरशः उचलून नेत असे. एक्स-रे काढतानासुद्धा तिला धरून ठेवावे लागत असे. याच काळात संजीवनीला २ वेळा ॲसिडोसिस पण झाला. ॲसिडोसिस म्हणजे रक्तात ॲसिडचं प्रमाण खूप वाढणे. संजीवनीची तब्येत त्यामुळे खूपच बिघडली. राजू त्यावेळी पूर्णवेळ माझ्याजवळ थांबायचा. फक्त झोपायला घरी जायचा. त्यामुळे त्याला एका विषयाची परीक्षाच देता आली नाही.

मग ४-५ दिवसांनी संजीवनीला स्पेशल रूममध्ये हलवण्यात आलं. पण तिथे आल्यावर तिच्या पायांतली उरलीसुरली ताकदसुद्धा गेली आणि तिचं कंबरेखालील शरीर पूर्णपणे लुळं पडलं. तिचं क्रिएटीनीन ७ वरून ११ वर आलं. तिची तब्येत इतकी खराब झाली आहे हे कळल्यावर उमेश तिला भेटायला नागपूरला आला.

अण्णा रोज संजीवनीला भेटायला हॉस्पिटलला येत असत त्यामुळे त्यांना तिच्या तब्येतीबद्दल रोज कळत होतं. पण अक्कांना अजूनही याबद्दल काहीही सांगितलं नव्हतं. मग या काही दिवसांत अण्णा वर्ध्याला अक्कांकडे गेले. तिथे गेल्यावर त्यांनी अक्कांना सगळं सांगितलं. अक्कांनी लगेच नागपूरला यायचं ठरवलं. तिथे संजीवनीला भेटून त्या दुसऱ्या दिवशी परत जाणार होत्या. तशाच तयारीने त्या तिथे आल्या.

आम्हाला नागपूरला येऊन जवळपास महिना झाला होता. जूनची साधारण १८ किंवा १९ तारीख असेल. अक्का हॉस्पिटलला आल्या आणि संजीवनीजवळ बसल्या होत्या. त्यांच्या पण जेवणाचा डबा तयार करायला सांगण्यासाठी मी हॉस्पिटलमधूनच कल्पनाच्या घरी फोन लावला.

एक रिंग वाजत नाही तर लगेच पलीकडून राजूने फोन उचलला.

"हॅलो."

"हॅलो राजू, मी नाना बोलतो आहे...मी काय म्हणतो.."

पण माझं वाक्य पूर्ण व्हायच्या आतच राजू तिकडून जवळजवळ ओरडलाच,

"अरे नाना, मी आत्ता हॉस्पिटललाच फोन लावणार होतो...अरे, डॉ.अजित फडके मुंबईला परत आले आहेत अमेरिकेहून आणि त्यांनी वहिनींसाठी कॉलनी नर्सिंग होमला स्पेशल रूम पण तयार ठेवली आहे. तुम्हाला डिस्चार्ज घेऊन ताबडतोब मुंबईला निघायला सांगितलं आहे त्यांनी. मला आत्ताच तसा फोन आला होता. नाना..अरे ऐकतो आहेस ना..? हॅलो..नाना..?"

राजू भराभरा हे सगळं बोलत होता आणि त्याच्या प्रत्येक वाक्याबरोबर माझे डोळे झरत होते. गेला महिनाभर संजीवनीला हळूहळू तिच्या आजारापुढे हरताना बघत होतो मी. डॉ.अजित फडके हा एकमेव आशेचा किरण होता आमच्यासाठी आणि इतके दिवस ज्या गोष्टीची वाट पाहत होतो ती अशी अचानक समोर येऊन ठेपली होती. मला काहीही बोलवेना.

मी भरल्या गळ्यानेच "बरं" म्हणून फोन ठेवला आणि जवळजवळ धावतच संजीवनीच्या रूममध्ये गेलो.

अक्का संजीवनीची वेणी घालून देत होत्या. मी एका श्वासातच त्या दोघींना सगळं सांगितलं. त्यांना सगळं आवरायला सांगितलं आणि तसाच ॲडमिनिस्ट्रेशनला जाऊन डिस्चार्जची प्रक्रिया सुरू केली. संजीवनीला रुग्णवाहिकेने मुंबईला नेण्याबद्दल मी चौकशी केली पण त्यामध्ये मुंबईला पोहचायला खूप वेळ लागला असता आणि त्यात खर्चही खूप होता त्यामुळे मी ट्रेननेच जायचं ठरवलं. इकडे संजीवनीचे पाय लुळे पडलेले असल्याने

तिच्यासोबत कुणी बाईमाणूस असण्याची गरज होती. मी अक्कांना विचारलं तर त्या मुंबईला यायला लगेच तयार झाल्या पण त्या एकाच दिवसाच्या तयारीने आल्या होत्या. असा अचानक फोन येईल आणि लगेच मुंबईला जावं लागेल असं त्यांनाही वाटलं नव्हतं. त्या म्हणाल्या,

"मी आधी वर्ध्याला जाऊन येते, तिथली सोय करते आणि माझं थोडं सामान पण घेऊन येते."

पण तेवढा वेळ नव्हता.

उमेश त्यावेळी बबनदादाकडे गेला होता. त्याला कळवताच तोही मुंबईला यायला लगेच तयार झाला. मग आमच्याच एका नातेवाईकाने तिकीटाची सोय केली आणि तिकीट उमेशकडे दिलं.

आम्हाला दुसऱ्याच दिवशीचं म्हणजे २० जूनचं सेवाग्रामचं तिकीट मिळालं होतं. मग अक्का त्या रात्री रेखाकडे गेल्या. रेखाने अक्कांना तिच्या साड्या, कपडे सुटकेस असं सगळं सामान दिलं. मी संजीवनीजवळच हॉस्पिटलमध्ये थांबलो होतो. महिनाभर या दिवसाची वाट बघितली होती पण आता एक रात्र सरता सरत नव्हती. मी संजीवनीचं सामान भरलं आणि बाहेर येऊन माझ्या बाकावर आडवा होऊन छताकडे बघत दुसरा दिवस उजाडण्याची वाट बघत बसलो.

२० जून मुंबई_____

शेवटी एकदाचा दुसरा दिवस उजाडला. आमची गाडी रात्रीची होती. संजीवनीचं सामान, औषधं, रिपोर्ट्स, फाइल्स सगळं आदल्या रात्रीच एका बॅगेत भरून ठेवलं होतं. तिच्या सगळ्या महत्त्वाच्या गोष्टी बरोबर घेतल्या आहेत याची सकाळी एकदा खात्री करून घेतली. दुपारी जेवण वगैरे उरकून थोडा वेळ आराम केला. संध्याकाळ झाली तसं सगळं आवरून उमेशची वाट पाहत बसलो. थोड्याच वेळात उमेश आमचं तिकिट घेऊन आला.

तिकीट बघताच मी कपाळाला हात लावला,

"का रे? एकच तिकीट कन्फर्म? म्हणजे मुंबईपर्यंत एकच बर्थ? कसं जाणार रे आपण चौघं एकाच तिकिटावर?"

उमेश म्हणाला,

"अरे नाना, एवढं एकच तिकीट मिळालं. आता उन्हाळा सुरू असल्याने सगळ्या गाड्या पूर्ण भरलेल्या आहेत. हा जो बर्थ मिळाला आहे त्यावर वहिनी आणि अक्का झोपतील. एकदा या दोघींची सोय झाली की आपण बघू आपलं काय ते."

इतक्या आयत्या वेळी बुकिंग करावं लागल्यामुळे अशा अडचणी येणारच होत्या. पण त्यातल्या त्यात हे बरं होतं की आम्हाला खालचा बर्थ मिळाला होता. उरलेली ३ तिकिटं वेटिंगमध्ये होती आणि असाच नागपूर ते मुंबई रात्रभर प्रवास करायचा होता. फार विचार न करता आम्ही लगेच आवरलं आणि मग उमेश ऑटो आणायला गेला. मी संजीवनीला व्हीलचेअरवर बसवून हॉस्पिटलच्या गेटपाशी जाऊन थांबलो. उमेश आल्यावर आम्ही दोघांनी संजीवनीला उचलून ऑटोमध्ये ठेवलं. संजीवनीचे बेडसोर्स अजूनही पूर्णपणे बरे झालेले नसल्यामुळे तिला ऑटोमध्ये बसवताना असह्य वेदना झाल्या. पण तिने सगळं सहन केलं. आम्ही सामान ऑटोमध्ये ठेवलं आणि स्टेशनकडे निघालो.

अक्का आणि अण्णा श्रीकांतच्या गाडीतून आमच्या आधीच स्टेशनवर पोहचले होते. आम्ही स्टेशनवर पोहचलो तर अण्णा आणि अक्का लगेच आमचं सामान घ्यायला पुढे आले. स्टेशनवरच आम्हाला व्हीलचेअर मिळाली. संजीवनीला त्यावर बसवून प्लॅटफॉर्मपर्यंत आणलं. संजीवनीच्या वेदना अजूनही थांबल्या नव्हत्या. तिच्या डोळ्यांत ते स्पष्ट दिसत होतं. मला अतिशय हतबल झाल्यासारखं वाटत होतं तिच्याकडे बघताना. तिच्या वेदना कमी करण्यासाठी मी काहीही करू शकत नव्हतो. ती फारशी बोलत नव्हती. फक्त इकडे तिकडे बघत होती. अण्णा केवळ संजीवनीला भेटायला स्टेशनपर्यंत आले होते. पण त्यांच्याशीसुद्धा फारसं काही बोलू शकली नाही ती. खरं तर अण्णांना मुंबईला यायचं होतं आमच्या बरोबर पण तेव्हा त्यांना नेणं शक्य नव्हतं.

त्यांना काय बोलावं ते सुचत नव्हतं. ते फक्त अधून मधून संजीवनीकडे बघत होते. आपल्या एवढ्या डॉक्टर झालेल्या हुशार मुलीला एक दिवस असंही बघावं लागेल असा विचारही कधी त्यांच्या डोक्यात आला नसेल. तिच्याकडे बघून सतत त्यांचे डोळे ओले होत होते. त्यावेळी कुणीही काहीही बोलत नव्हतं. ती शांतता फार भयाण वाटत होती. मला तिथे थांबवेना म्हणून मी वर्तमानपत्रं विकत घ्यायला गेलो. आम्ही उभे होतो त्याच्या मागेच वर्तमानपत्राचा स्टॉल होता. मी ३-४ वर्तमानपत्रं घेतली आणि परत संजीवनीजवळ येऊन उभा राहिलो. शेवटी एकदाची गाडी आली. आम्ही अण्णांना नमस्कार केला तेव्हा त्यांनी भरल्या डोळ्यांनी संजीवनीला "लवकर बरी होशील" असा आशीर्वाद दिला आणि मला "स्वतःला पण जपा" म्हणाले.

मी आणि उमेश संजीवनीला उचलून गाडीत चढण्याचा प्रयत्न करू लागलो. गर्दी खूप होती आणि आम्ही दोघांनी तिला उचलून धरलेलं असल्याने तिघांनाही एकदम गाडीत शिरता येत नव्हतं. मग अक्का सगळं सामान घेऊन लगेच आत गेल्या. आजूबाजूचे लोक आमच्याकडे बघतच होते. मग लगेच काही जण आमच्या मदतीला पुढे आले आणि आम्ही संजीवनीला घेऊन गाडीत शिरलो.

कसंबसं संजीवनीला बर्थपर्यंत आणलं आणि त्यावर झोपवलं. आम्ही गाडीत थोडे स्थिरावत होतो तोच गाडीची शिट्टी वाजली. अण्णा लगेच खिडकीपाशी आले. संजीवनीने झोपल्या झोपल्याच त्यांच्याकडे बघून हात हलवला आणि मग तसेच दोन्ही हात जोडून नमस्कार केला. अण्णा काहीही न बोलता डोळे पुसत हात हलवत होते. आमची गाडी सुटली. तरी आम्ही दिसेनासे होईपर्यंत ते तिथेच उभे होते.

आमच्या गाडीने आता वेग पकडला होता. थोड्याच वेळात टी.सी.आला. आम्ही त्याला सगळी परिस्थिती सांगितली आणि संजीवनीचं डिस्चार्ज सर्टिफिकेट दाखवलं. ते बघून टी.सी.ने आम्हाला सांगितलं की पुढे कुठे जागा मिळाली तर मी लगेच येऊन सांगतो आणि तो निघून गेला. संध्याकाळपर्यंत आम्ही 'मुंबईला पोहचल्यावर काय करायचं, तिथे राहण्याची सोय कशी आणि कुठे करायची' याच विषयावर बोलत होतो.

५:०० वाजता कुठल्यातरी स्टेशनवर चहा घेतला. गाडीत लागेल म्हणून थोडंफार खायला आणलं होतं. मग मात्र जेवणाची वेळ होईपर्यंत कुणी फारसं काही बोललं नाही. अक्का येताना रात्रीचा डबा घेऊन आल्या होत्या. आमच्यापैकी कुणालाही फारशी भूक नव्हती पण आजूबाजूच्या प्रवाशांची जेवणं सुरू झाली. मग मात्र आम्ही पण लगेच जेवण उरकलं. रात्र होईपर्यंत आम्ही आमच्या समोरच्या बर्थवरच बसलो होतो. झोपण्यापूर्वी संजीवनीला टॉयलेटला जायचं होतं. पण जेवणं झाल्यावर सर्व प्रवाशांची झोपायची तयारी सुरू झाली होती. मग सर्व प्रवासी आपापल्या जागेवर जाऊन झोपल्यावर आम्ही परत संजीवनीला उचललं आणि टॉयलेटला नेलं. अक्का तिच्याबरोबर आत गेल्या. आम्ही जागेवर परत आलो तोवर आमच्या बर्थसमोरचा पॅसेज रिकामा झालेला होता. संजीवनी आणि अक्का एकाच बर्थवर एकमेकींकडे पाय करून झोपल्या. मग मी आणि उमेशने तिथेच खाली झोपायचं ठरवलं कारण अजूनही टी.सी.ने येऊन काही सांगितलं नव्हतं.

पण खाली फारसं स्वच्छ नव्हतं. एक प्रकारचा संमिश्र वास येत होता. कुणाच्या चपलेचा, तर कुणाच्या सामानाचा, अन्नाचे कण पडले होते त्याचा आणि ट्रेनचासुद्धा. हे सगळं बघून थोडी किळस आली पण काहीच इलाज

नव्हता. तिथेच पडलेल्या एका कागदाच्या तुकड्याने थोडंसं झाडल्यासारखं करून ती जागा जमेल तेवढी स्वच्छ केली. पण तरीही तसंच खाली झोपणं शक्य नव्हतं. पण मग खाली अंथरायचं तरी काय? जवळ चादर वगैरे काहीच नव्हतं कारण इतका विचार करून सामान भरायला वेळच मिळाला नव्हता कुणालाच. मग ट्रेनमध्ये वाचायला लागतील म्हणून घेतलेली वर्तमानपत्रं खाली अंथरायला सुरुवात केली. खाली अंथरायला शेवटचं वर्तमानपत्र उघडलं तर मला त्यावर तारीख दिसली.

२० जून १९९०.

आमच्या लग्नाचा वाढदिवस!

तोही पंधरावा!

तोवर माझ्या ध्यानीमनीही नव्हतं की आज कुठला दिवस आहे, कुठली तारीख आहे. कधी स्वप्नातही वाटलं नव्हतं की आमच्या लग्नाचा वाढदिवस असाही घालवावा लागेल. मी संजीवनीकडे बघितलं. ती गाढ झोपेत होती. तिला मनातल्या मनातच शुभेच्छा दिल्या. अक्कांना पण झोप लागली होती. उमेशही आडवा झाला होता.

मी असा अचानक थांबल्यामुळे त्याने मला विचारलं,

"का रे? काय झालं? काही विसरलास का?"

"नाही, काहीतरी आठवलं! तू झोप."

"ये ना तू पण, झोप बरं आता शांत डोक्याने. खूप धावपळ झाली आहे तुझी."

"आलोच."

म्हणून मी पण आडवा झालो.

माझ्या डोक्यातून मात्र ती तारीख जाईना. मला आमच्या लग्नाचा दिवस आठवू लागला.

२० जून १९७५!

नागपूरला आशा मंगल कार्यालयात सकाळपासूनच आमच्या लग्नाची गडबड सुरू झाली होती. बरीच माणसं आली होती आमच्या लग्नाला, डॉक्टर मुलाची डॉक्टर बायको बघायला. संजीवनी खूप सुंदर दिसत होती त्या दिवशी. मला तिला बघून आश्चर्य वाटत होतं की आम्ही एकाच कॉलेजमध्ये असून माझी आणि हिची कधीच भेट कशी झाली नाही? संजीवनीचं स्थळ आलं तेव्हा मला कळलं की आम्ही एकाच बॅचला होतो. म्हणजे मी A मध्ये होतो आणि ती B मध्ये होती.

मला पाहताक्षणीच संजीवनी आवडली होती आणि तिचा आत्मविश्वासही. संजीवनीला खूप मोठं डॉक्टर व्हायचं होतं. तिच्या खूप अपेक्षा होत्या आयुष्याकडून. खूप ध्येयवादी होती ती. स्वतःचं मॅटर्निटी होम(प्रसूतिगृह) सुरू करायचं होतं तिला. संगीताची पण खूप आवड होती, अजूनही आहे. संगीताच्या काही परीक्षाही दिल्या होत्या तिने.

२० फेब्रुवारीला आमचा बघण्याचा कार्यक्रम झाला आणि २० एप्रिलला साखरपुडा झाला. २० जून १९७५ ला लग्न झालं. एकमेकांची साथ कधीही सोडणार नाही हे वचन एकमेकांना दिलं आणि संजीवनी आमच्या घरात आली.

आमचं लग्न झालं तेव्हा आम्ही सगळीच भावंडं शिक्षण किंवा नोकरीनिमित्त जळगांव जामोदहून खामगांवला रहायला आलेलो होतो. बाईसुद्धा आमच्यासाठी तिथेच राहत होती. भाऊ जळगांवला असायचे.

संजीवनीचं माहेरचं कुटुंब अक्षरशः ४ लोकांचं होतं. इतक्या छोट्या कुटुंबातून इतक्या भरलेल्या घरात आल्यावर सुरुवातीला ती भांबावूनच गेली होती. शिवाय तिच्या माहेरी ती शेंडेफळ आणि इथे सगळ्यात मोठी. कल्पना, शैला, पुष्पा, मंगला या माझ्या बहिणी आणि स्वतः बाई संजीवनीला खूप सांभाळून घ्यायचे. तिला घरातली कमीत कमी कामं करावी लागतील यासाठी सगळेच मदत करायचे. पण हळूहळू तिला सगळी कामं जमायला लागली.

नागपूरसारख्या शहरातून खामगांवसारख्या छोट्या गावात स्थिर होणं सोपं नव्हतं संजीवनीसाठी. पण हळूहळू तिने तिची प्रॅक्टिस पण सुरू केली.

सोनाली झाली त्यावेळी किती आनंद झाला होता सगळ्यांना! समीर आणि दिपूच्या वेळी मात्र तिची तब्येत खूपच खराब झाली होती. पण त्यातूनही ती बाहेर पडली.

आमच्या राहत्या घरीच पुढच्या बाजूच्या दोन खोल्यांमध्ये संजीवनीने तिचं छोटंसं प्रसूतिगृह सुरू केलं होतं. तिने त्याला बाईचं नाव दिलं होतं.

'मीरा मॅटर्निटी होम'!

सगळी उपकरणं विकत घेतली होती आम्ही त्यासाठी. पण नंतर ते काही कारणास्तव बंद करावं लागलं. खामगांवला शिवाजी चौकात तिचं एक क्लिनिकसुद्धा होतं. पण समीरला आजूबाजूच्या मुलांची वाईट संगत लागत असल्यामुळे मी ते बंद करायला लावलं होतं. जसजशी मुलं मोठी होत गेली तसतसं तिला तिच्या कामावरचं लक्ष कमी करावं लागलं आणि आम्हा दोघांवरही जबाबदाऱ्या खूप होत्या. मी सगळ्यात मोठा असल्याने मला सगळ्यांचंच बघावं लागायचं. भावांची शिक्षणं, बहिणींची लग्नं सगळंच करायचं होतं. संजीवनीची इतकी स्वप्नं असूनदेखील तिने आत्तापर्यंत मला पूर्णपणे साथ दिली होती आणि आता जेव्हा सगळ्या जबाबदाऱ्या संपत आल्या तेव्हाच नेमकं हे घडायचं होतं. पण आता तिची साथ देण्याची पाळी माझी होती.

तसं वचनच दिलं होतं आम्ही एकमेकांना, १५ वर्षांपूर्वी, याच दिवशी!

माझ्या डोक्यात असे सगळे विचार येत होते आणि अचानक दमट हवेचा एक झोत माझ्या चेहऱ्यावर आला. माझी तंद्री भंग पावली. खिडकीतून बाहेर डोकावून पाहिलं तर पहाट झाली होती. आजूबाजूला बघितलं, सगळे झोपलेलेच होते.

मला अशीही पहाटेच उठण्याची सवय असल्याने मला परत झोपावंसं वाटलं नाही. मी उठत असतानाच पाठीतून एक जीवघेणी कळ आली. रात्रभर खाली अवघडून झोपल्याने पाठ अकडली होती. लवकर सरळ उभं राहता येईना. आपण पन्नाशीकडे जात असल्याची जाणीव झाली. मग तसाच वाकून चालत ट्रेनच्या दारापाशी आलो आणि तिथे हळूहळू पाठ सरळ केली. थोडा वेळ तिथेच ताजी हवा खात उभा राहिलो. मग टॉयलेटला जाऊन सगळं

आवरलं. मी परत येईपर्यंत अक्का पण उठल्या होत्या आणि प्रवाशांचा वावर सुरू झाल्याने उमेशही उठून बसला होता. संजीवनीला टॉयलेटला जायचं होतं. माझी पाठ अजूनही थोडी दुखतच होती. संजीवनीला उचलताच तिचे बेडसोर्स परत एकदा खूप दुखले. ती कळवळलीच. तिला बघून मला माझ्या दुखण्याचा विसर पडला.

मग सगळ्यांनी आवरून घेतलं तोवर चहावाला आलाच. आम्ही सगळ्यांनी चहा नाश्ता केला आणि दादर येण्याची वाट पाहत बसलो. दुपारचे साधारण १:००-१:३० वाजले असतील. सगळ्यांनाच भूक लागली होती. पण एकदा हॉस्पिटलला पोहचल्यावरच जेवणाचं काय ते बघू असा विचार आम्ही केला.

आम्ही खामगांव सोडून एव्हाना एक महिना झाला होता त्यामुळे माझ्या सगळया विद्यार्थ्यांना संजीवनीबद्दल कळलं होतं आणि तोवर कॉलेजला उन्हाळ्याच्या सुट्ट्याही लागल्या होत्या. त्यामुळे माझे मुंबईचे सगळे विद्यार्थी त्यांच्या घरी आलेले होते. त्यांच्याशी माझा संपर्क सुरूच होता. त्यामुळे अरुण आचार्य आणि अतुल आचार्य हे माझे दुसऱ्या वर्षाचे विद्यार्थी आम्हाला घ्यायला दादरला येणार होते.

गाडी दादर स्टेशनला पोहचली. अक्का सामान धरून तयारच होत्या. मी आणि उमेशने परत संजीवनीला उचललं आणि खाली उतरलो. आम्ही सगळेच मुंबईत पहिल्यांदाच येत होतो. खाली उतरताच एवढी माणसं बघून आम्ही थोडे बावरलोच. प्रचंड गर्दी होती स्टेशनवर. माणसांचा एवढा जथ्था आमच्यापैकी कुणीही यापूर्वी पाहिला नव्हता. दादर स्टेशन बघून मुंबईच्या भव्यतेची झलक आम्हाला बघायला मिळाली. खरंच मुंबई सगळ्यांना आपल्यात कशी सामावून घेते हे त्यावेळी समजलं.

तिथेही आम्हाला संजीवनीसाठी व्हीलचेअर मिळाली. तिला ढकलत आम्ही स्टेशनच्या बाहेर आलो. अरुण आणि अतुल त्यांची गाडी घेऊन आधीच पोहचले होते. त्यांचे आईबाबा सुद्धा आले होते. संजीवनीला त्यांच्या गाडीत बसवलं आणि आम्ही कॉलनी नर्सिंग होमकडे निघालो. अक्षरशः १० ते १५ मिनिटांतच आम्ही तिथे पोहचलो.

******

कॉलनी नर्सिंग होम म्हणजे ३-४ मजल्यांची एक घरवजा इमारत होती. प्रवेशद्वाराच्या वर 'भालचंद्र भवन' असं इंग्रजीमध्ये स्पष्ट लिहिलेलं होतं. तिथे पोहचल्यावर आम्ही गाडीतून उतरलो आणि मी आधी आत जाऊन एक खुर्ची घेऊन आलो. त्या खुर्चीवर संजीवनीला बसवलं आणि ती खुर्ची मी आणि उमेश दोघांनी मिळून उचलली.

तसेच आत जाऊन रिसेप्शनला गेलो. तिथे आम्ही आमची सगळी माहिती दिली. त्यांनी लगेच संजीवनीला भरती करून घेतलं. संजीवनीसाठी रिसेप्शनच्या बाजूलाच रूम नं २ तयार ठेवलेली होती. आम्ही रूममध्ये जाऊन सगळं सामान ठेवलं.

दुपारची वेळ असल्याने त्यांनी लगेच संजीवनीसाठी जेवण आणलं. थोडं फ्रेश होऊन संजीवनी जेवायला बसली. तिचं जेवण होईपर्यंत आम्ही पण तिथेच सगळं आवरलं आणि आमच्यासाठी आलेला चहा प्यायला बसलो. तिचं जेवण झाल्यावर ती जरा वेळ झोपली. ती झोपल्यावर आम्ही पण जेवायला जवळच एका दक्षिण भारतीय हॉटेलमध्ये गेलो. आम्ही परत येऊन रूममध्ये जात नाही तोच अजित सरांचे असिस्टंट डॉ.उमेश ओझा तिथे आले.

त्यांनी लगेच अक्कांना विचारलं,

"नमस्कार, कुठे नातेवाईकांकडे जेवायला गेला होतात का?"

अक्कांनी पण त्यांना नमस्कार केला आणि म्हणाल्या,

"नाही, जवळच्याच हॉटेलमध्ये गेलो होतो. इथली फारशी माहिती नाही आम्हाला आणि आमचे फार नातेवाईक पण नाहीत इथे."

हे ऐकून ओझा म्हणाले,

"माफ करा, आम्हाला हे माहीत नव्हतं. उद्यापासून तुम्ही इथेच जेवा. पुरुष मंडळी बाहेर जातील जेवायला."

अक्कांनी मान हलवून "हो, चालेल." म्हटलं.

मग ते संजीवनीकडे बघून हसत म्हणाले,

“नमस्कार, मी डॉ.उमेश ओझा. अजित सरांचा असिस्टंट. काय म्हणतोय पेशंट? प्रवासात काही त्रास नाही ना झाला?”

बोलता बोलताच त्यांनी संजीवनीचे ठोके आणि नाडी तपासली.

संजीवनी खूप थकली होती. ती फक्त हसली आणि मानेनेच ‘नाही’ म्हणाली. मग ते माझ्याशी बोलायला लागले. मी त्यांना संजीवनीची आत्तापर्यंतची सगळी मेडिकल हिस्टरी सांगितली. आमचे आणि अजित सरांचे इतके चांगले संबंध आहेत हे त्यांना अजित सरांनी संजीवनीसाठी रूम तयार ठेवायला सांगितली तेव्हाच कळलं होतं. त्यांनी माझं सगळं बोलणं शांतपणे ऐकून घेतलं. ते म्हणाले,

“तुम्ही इथे आल्याचं सरांना कळवलेलं आहे. ते येईपर्यंत त्यांनी ह्यांच्या काही टेस्ट्स करायला सांगितल्या आहेत. ब्लड, युरीन आणि एक्स रे वगैरे. ब्लड आणि युरीन सॅम्पल घ्यायला मी थोड्या वेळात पाठवतो कुणालातरी. सोनोग्राफीसाठी ह्यांना आपण संध्याकाळी घेऊन जाऊ. सर आलेत की येऊन भेटतीलच तुम्हाला. चला, येतो मॅडम.”

असं म्हणून संजीवनीला नमस्कार करून ते त्यांच्या राउंडसाठी निघून गेले.

संध्याकाळी जरा उशिराच एक नर्स येऊन संजीवनीला सोनोग्राफीसाठी घेऊन गेली. संजीवनी परत रूममध्ये आल्यावर लगेच तिचं जेवणंही आलं. तिचं जेवण झाल्यावर आम्हीपण जेवायला बाहेर पडलो. जेवण करून परत येऊन पाहतो तर माझा विद्यार्थी उमेश गंडभीर तिथे आला होता. मला त्याला बघून खूप आनंद झाला आणि आश्चर्यही वाटलं.

“अरे, तू इथे कसा काय? तुला कसं कळलं की आम्ही इथे आहोत?”

“मला उपेंद्र जोशीचा फोन आला होता सर. त्याने सांगितलं मॅडमना इथे आणलं आहे. म्हणून भेटायला आलो. मॅडम झोपल्या होत्या म्हणून तुम्ही येईपर्यंत थांबलो.”

“बरं झालं आलास. खूप बरं वाटलं तुला बघून.”

“मॅडमना तर काहीच त्रास नव्हता ना सर. अचानक कसं काय झालं इतकं?”

मग मी त्याला सुरुवातीपासून सगळं सांगितलं.

“बापरे, बरं झालं टेस्ट्स केल्या खामगांवला. कळलं तरी असं काही झालं आहे ते.”

“हो ना, तेव्हा काहीच त्रास नव्हता तिला. नागपूरला तब्येत खूपच बिघडली तिची. आता इथे बघू काय होतं ते. अजित सर आहेतच इथे.”

“तेही खरंच. बरं सर, आता मी निघतो. तुम्ही आराम करा. मी उद्या सकाळी परत येतो.”

“ओके. भेटू उद्या.”

आणि तो निघून गेला. उमेश गंडभीर माझ्या विद्यार्थ्यांमध्ये सगळयात मोठा होता. तो इतर विद्यार्थ्यांसारखा खामगांवला राहत नव्हता. जाऊन येऊन असायचा. खामगांवला उपेंद्र जोशी आणि दिलीप कदम ह्यांच्याशी त्याची छान मैत्री होती. खरं सांगायचं तर गंडभीर माझ्या सकाळच्या शिकवणीलाच यायचा. त्याला कॉलेजला पाहिल्याचं माझ्या फारसं लक्षात नाही. पण तरीही संजीवनीचं कळताच तो वरळीहून लगेच आला होता.

मग रात्री थोडं उशिराच स्वतः डॉ.अजित फडके आणि डॉ.ओझा संजीवनीला भेटायला तिच्या खोलीत आले. आमची पूर्वीचीच ओळख असल्याने ते लगेच माझ्या जवळ आले. हसून हात मिळवला आणि संजीवनीची चौकशी केली. आमच्या जुन्या आठवणी निघाल्या.

अजित सर माझ्यापेक्षा १० वर्षांनी मोठे होते. त्यांचं एकंदरीतच व्यक्तिमत्त्व खूप आल्हाददायक होतं. ते पेशंटकडे बघून नुसते हसले तरी पेशंट निम्मा बरा होत असे. शिवाय त्यांचं बोलणंदेखील अतिशय मधाळ होतं.

त्यांनी आमची सगळ्यांची चौकशी केली. संजीवनीशी बोलले. मग जाता जाता मला त्यांच्या केबिनमध्ये यायला सांगितलं. मी, अरुण, अतुल, उमेश सगळेच गेलो.

अजित सरांनी मला बसायला सांगितलं आणि म्हणाले,

"डॉक्टर, मी काहीही लपवणार नाही पण याला ट्रान्सप्लांटशिवाय आता पर्याय नाही."

"हो सर, मला नागपूरलाच याची कल्पना आली होती. आता तुम्ही सांगाल तसं आम्ही करणार. आता संजीवनीला तुमच्या हवाली केलं आहे मी."

असं म्हणून मी अजित सरांकडे बघत हात जोडले.

त्यांनी लगेच माझे हात त्यांच्या हातात घेतले आणि मला खूप धीर दिला. मग आम्ही सगळे परत रूममध्ये आलो आणि अरुण, अतुल घरी निघून गेले.

संजीवनीचं ऑपरेशन करायला लागणार आहे हे मी तिला सांगितलं नव्हतं. ती आधीच खूप घाबरलेली होती. पण कधीतरी सांगावं तर लागणारच होतं. मी थोडावेळ तसाच बसून होतो. मग मी उमेशला म्हणालो,

"तू लवकरात लवकर खामगांवला नीघ. तिथे तुझी जास्त गरज आहे. आता संजीवनी इथे अजित सरांच्या देखरेखीखाली आहे म्हटल्यावर आपण काळजी करून उपयोग नाही."

उमेशलाही ते पटलं आणि आम्ही झोपायच्या तयारीला लागलो.

संजीवनीच्या खोलीत पेशंट्सच्या नातेवाईकांसाठी असतो तसा एक पलंग ठेवलेला होता. मग अक्का त्यावर झोपल्या आणि आम्हा दोघांसाठी तिथल्या स्टाफने गाद्या, चादरी सगळं दिलं. मग मी आणि उमेश तिथेच खाली गाद्या टाकून आडवे झालो. खाली झोपल्या झोपल्या एक गोष्ट प्रकर्षाने माझ्या लक्षात आली. जवळपास महिन्याभरानंतर मी मऊ गादीवर झोपलो होतो. नागपूरला जवळपास महिनाभर संजीवनीच्या खोलीबाहेरचा बाक हाच माझा पलंग होता. त्यावरच लहान मुलासारखं पोटाजवळ पाय घेऊन झोपत असल्याने माझ्या पाठीलाही तशीच सवय झाली होती. आज महिन्याभराने मऊ गादीवर पूर्णपणे आरामात झोपताना खरंच वेगळंच वाटत होतं. डोक्यातले विचार थांबत नव्हते पण शरीर खूप थकलं होतं. मग सगळं त्या बाप्पावर सोपवायचं आणि सकाळी उठून आता पुढे काय ते बघायचं असा विचार करून मी झोपलो.

दुसऱ्या दिवशी पहाटेच उमेश खामगांवला निघून गेला.

मी सकाळचं सगळं आवरत होतो. थोड्या वेळाने गंडभीर आलाच. मग तो आणि मी अजित सरांना भेटायला गेलो.

“या डॉक्टर, बसा.”

“सर, संजीवनीचा थकवा आता बराच कमी झाला आहे. आता पुढे कसं आणि काय करायचं?”

“आपण तिचं हिमोडायलिसीस सुरू करुया. तिच्या युरिया आणि क्रिएटीनीन लेव्हल्स नॉर्मलला येईपर्यंत आपल्याला डायलिसीस सुरु ठेवावं लागेल. कारण तोवर आपल्याला ट्रान्सप्लांट करता येणार नाही. पण त्यासाठी बॉम्बे हॉस्पिटलला जावे लागेल. तिथे डॉ.अशोक कृपलानी म्हणून आहेत. मी त्यांच्याशी बोलतो. तुम्ही तिला घेऊन तिथे जा. ते स्वतः डायलिसीस करतात.”

“बरं, पण साधारण किती काळ लागेल या लेव्हल्स नॉर्मलला यायला?”

“ते निश्चित सांगता येणार नाही. पण दरम्यान आपण डोनर(अवयव देणारा) शोधायला सुरुवात करू. डोनर शक्यतोवर नातेवाईक असेल तर किडनी जुळण्याची शक्यता जास्त असते. आपण डोनरसाठी रिक्वेस्ट टाकूया.”

“ओके सर. तुम्ही म्हणाल तसं. आम्ही तुमच्या शब्दाबाहेर नाही.”

कॉलनीला डायलिसीसचं युनिट नसल्यामुळे अजित सरांनी आम्हाला त्यासाठी डॉ.कृपलानींकडे जायला सांगितलं होतं. डॉ.अशोक कृपलानी म्हणजे प्रसिद्ध नेफ्रॉलॉजिस्ट. मग अजित सरांनी लगेच डॉ.कृपलानींना फोन केला.

डॉ.कृपलानींनी आम्हाला त्यांच्या कुलाब्याच्या दवाखान्यात यायला सांगितलं. अजित सरांनी माझ्याजवळ त्यांच्यासाठी चिठ्ठी दिली. गंडभीर लगेच जाऊन टॅक्सी घेऊन आला. मग मी, संजीवनी, अक्का आणि गंडभीर असे चौघेही कुलाब्याला जायला निघालो. कॉलनीपासून तिथे पोहचायला

आम्हाला जवळपास ४५ मिनिटे लागली. अजित सरांनी कळवलेलं असल्याने डॉ.कृपलानींनी आम्हाला लगेच आत बोलावलं. मग त्यांनी संजीवनीला तपासलं, तिचे रिपोर्ट्स बघितले आणि म्हणाले,

"ह्यांना लगेच बॉम्बे हॉस्पिटलला घेऊन जा. मी तिथे फोन करून सांगतो की पेशंटला पाठवतो आहे. ताबडतोब डायलिसीस सुरू करत आहोत आपण."

"ठीक आहे डॉक्टर."

त्यांनी लगेच बॉम्बे हॉस्पिटलला फोन करून पेशंटला पाठवत असल्याचं सांगितलं. मग आम्ही सगळे तिथूनच बॉम्बे हॉस्पिटलला निघालो.

बॉम्बे हॉस्पिटल म्हणजे मुंबईचं सगळ्यात प्रसिद्ध हॉस्पिटल. अनेक निष्णात डॉक्टर्स इथे सतत कार्यरत असतात. जवळपास १५ मजल्यांच्या चार वेगवेगळ्या इमारती आतून जोडलेल्या आहेत. इतकं अवाढव्य हॉस्पिटल आम्ही आधी कधीही पाहिलं नव्हतं. आम्हाला मुंबईची फार माहिती नसल्याने आम्ही टॅक्सीने तिथे गेलो. रस्त्याने जाताना मुंबईचा सुप्रसिद्ध क्विंज नेकलेस बघायला मिळाला आणि तो अफाट समुद्र बघून तर डोळेच दिपले. हॉस्पिटलला पोहचायला आम्हाला जवळपास अर्धा तास लागला. तिथे पोहचल्यावर संजीवनीसाठी बाहेरच व्हीलचेअर मिळाली.

आम्ही आत शिरलो तसा हॉस्पिटलचा भव्यदिव्यपणा जाणवू लागला. आम्ही रिसेप्शनला जाऊन प्रवेश अर्ज भरला आणि संजीवनीचं नाव तिथे नोंदवलं. आम्हाला त्यांनी तेराव्या मजल्यावर जायला सांगितलं. आम्ही लिफ्टपाशी गेलो तर तिथे आर.डी.बिरला ह्यांचा पुतळा दिसला. रामेश्वर दास बिरला. ह्यांनीच १९५० मध्ये बॉम्बे हॉस्पिटलची स्थापना केली होती.

आम्ही लिफ्टने तेराव्या मजल्यावर गेलो. डॉ.कृपलानींनी आधीच कळवलेलं असल्याने तिथल्या डॉक्टरांनी लगेच संजीवनीचं *सबक्लॅव्हीअन*

कॅथेटरायझेशन[3] केलं. थोड्याच वेळात डॉ.कृपलानीदेखील तिथे आले आणि त्यांनी संजीवनीचं डायलिसीस सुरू केलं. डायलिसीस सुरू असताना त्यांनी मला त्यांच्या केबिनमध्ये बोलावलं.

"डॉक्टर, हिला बरेच डायलिसीस घ्यावे लागणार आहेत."

"तरी किती काळ लागेल काही सांगता येईल का सर? म्हणजे मला तशी सोय करायला बरं पडेल."

"तुम्ही इथे बराच काळ राहण्याची तयारी ठेवा. किमान ३ महिने तरी. तिच्या लेव्हल्स नॉर्मलला यायला किमान तेवढा वेळ नक्की लागणार आहे."

तीन महिने ऐकताच माझं धाबंच दणाणलं. आमची चिंता कमी होण्याचं नावच घेत नव्हती. आता इतके दिवस मुंबईला रहायचं तर खर्च कसा करणार? खामगांवचं काय? तिथला खर्च? मी या विचारांमध्ये पडलो असतानाच कृपलानींच्या आवाजाने माझी तंद्री भंग पावली.

"आपल्याला किमान दर २ दिवसांनी तिचं डायलिसीस करायला लागणार आहे. मी परवाची वेळ लिहून देतो. खाली जाऊन तसं सांगा म्हणजे ते लिहून घेतील."

डॉ.कृपलानींनी २ दिवसांनंतरची अपॉइंटमेंट दिली. पण वेळ फारच आडनिडी होती. रात्री १२:००. यावेळी टॅक्सी मिळेल का माहीत नव्हतं. शिवाय एक दोन वेळा टॅक्सी करून जाणं आणि इतक्या वेळा टॅक्सी करणं म्हणजे खूपच खर्चिक झालं असतं. पण संजीवनीला बसमधून नेणं शक्य नव्हतं. परत नवीन अडचण! पण मी ती वेळ काही बदलून घेतली नाही. डायलिसीस झाल्यावर आम्ही परत कॉलनीला आलो. थोड्याच वेळात तिथे अरुण आणि अतुल भेटायला आले. बोलता बोलता मी कृपलानींच्या अपॉइंटमेंटबद्दल सांगितले.

त्यांना वेळेची अडचण लक्षात येताच अतुल म्हणाला,

---

[3] *सबक्लॅव्हीअन कॅथेटरायझेशन म्हणजे गळ्याभोवती जे हाड असतं त्याच्या खालून हिमोडायलिसीससाठी लागणारी एक नळी शरीराच्या आत घालतात.*

"तुम्ही काहीही काळजी करू नका सर, मी गाडी घेऊन येतो. अरुण पण येईल. आम्ही पोहचतो वेळेत."

माझ्या मनावरचा ताण एकदम कमी झाला. मला असंही संजीवनीला उचलून न्यायलाही कुणाचीतरी मदत हवीच होती. आमचं सगळं बोलून झाल्यावर ते दोघे निघून गेले.मी मात्र विचारात पडलो.

कसं करणार हे सगळं? काय होणार आहे पुढे? शिवाय ३ महिन्यांनी ऑपरेशन. त्याबद्दल तर अजूनही संजीवनीला सांगितलेलं नाही. कसं आणि कधी सांगायचं तिला? त्यासाठी डोनरचा शोध पण घ्यायचा आहे. तिला वेळेत मिळेल ना किडनी?असे एक ना दोन, असंख्य विचारांनी माझ्या डोक्याचा ताबा घेतला. मग थोड्या वेळाने जेव्हा डोकं थोडं शांत झालं तेव्हा मी संजीवनीला सांगायला तिच्याजवळ गेलो. पण तोवर ती झोपली होती. तिला डायलिसीसमुळे त्रास होत होता. तिला झोपलेलं बघून माझं इतक्या प्रयत्नांनी गोळा केलेलं सगळं अवसान गळून पडलं. मग मी पण तिथेच आडवा झालो.

******

संजीवनीचं दुसरं डायलिसीस होतं त्याच दिवशी सोनालीचा वाढदिवसही होता. तिची खूप आठवण आली. काय केलं असेल आज तिने? आमची आठवण नक्कीच आली असेल तिला. मग मला मुलांची खूप आठवण येऊ लागली. पण मन घट्ट करून मी अरुण आणि अतुलची वाट पाहत बसलो.

थोड्याच वेळात अरुण आणि अतुल गाडी घेऊन आले. आम्ही संजीवनीला उचलून गाडीत ठेवलं. एव्हाना तिचे बेडसोर्स पुष्कळ बरे झाले होते. आम्ही वेळेत बॉम्बे हॉस्पिटलला पोहचलो आणि वेळेत संजीवनीचं डायलिसीस सुरू झालं. तिचं डायलिसीस संपेपर्यंत ते दोघेही तिथेच थांबले आणि नंतर आम्हाला कॉलनीला आणून सोडलं. मगच ते घरी गेले. माझ्यासाठी ही खूप मोठी मदत होती.

एव्हाना माझ्या इतर विद्यार्थ्यांनासुद्धा संजीवनीच्या तब्येतीबाबत कळलं होतं. त्यामुळे २-३ दिवसांनी मंगेश पंडित हा माझा दुसऱ्या वर्षाचा

विद्यार्थी आम्हाला भेटायला कॉलनीला आला. त्याला अरुण, अतुलकडून कळलं होतं. अरुण, अतुल, दिलीप कदम आणि मंगेश पंडित एकाच बॅचला होते.

झालं असं होतं, आम्ही मुंबईला आल्याचं या विद्यार्थ्यांना कॉलेजकडून कळलं होतं. मग अरुण, अतुल आणि मंगेश घरी जाऊन अण्णा आणि मुलांना भेटून आले होते. त्यानंतर या मुंबईला घर असणाऱ्या विद्यार्थ्यांनी ठरवलं की आपण सरांच्या मदतीसाठी मुंबईला जायचं. मला मुंबईची माहिती नव्हती म्हणून मला त्रास होऊ नये यासाठी हे सगळे मुंबईला निघून आले. त्यांच्या दृष्टीने कॉलेजपेक्षा मला मदत करणं जास्त महत्त्वाचं होतं. मंगेशचे काका दादरला राहत असत. तिथून त्याला कॉलनीला येणे सोपे होते. त्यामुळे तो त्यांच्या घरी रहायला आला. अरुण आणि अतुल भिवंडीला राहत असल्याने त्यांना कॉलनी बरंच दूर होतं. दिलीप कदम घाटकोपरला राहायचा तर उपेंद्र अंधेरीला. पण दरवेळी संजीवनीच्या डायलिसीसच्या दिवशी माझ्या विद्यार्थ्यांपैकी कुणी ना कुणी सतत माझ्याबरोबर असायचं. कधी मंगेश तर कधी कदम तर कधी आणखी कुणी. ते त्यांच्यात ठरवून त्याप्रमाणे येत असत.

आम्हाला मुंबईला येऊन काही दिवस झाले होते आणि संजीवनीचे २ डायलिसीसही झाले होते तरीही संजीवनीला ऑपरेशनबद्दल कसं सांगावं हे अजूनही मला समजत नव्हतं. सगळे मला म्हणत होते की सर सांगून टाका. मग माझी हिंमत होत नाही आहे असं बघून अजित सर स्वतःच एक दिवस संजीवनीला सांगायला आले.

येताना ते संजीवनीचे सगळे रिपोर्ट्स घेऊनच आले होते. अजित सरांनी ते हातात घेतले आणि अतिशय गंभीर चेहऱ्याने तिला सांगायला सुरुवात केली.

ते संजीवनीकडे बघत म्हणाले,

"मी काय सांगतोय त्याचं दडपण अजिबात घ्यायचं नाही. तुझा हा आजार केवळ डायलिसीसने बरा होणारा नाही आहे. तुझं क्रिएटीनीन १९ वर गेलं आहे. आयुष्यभर काही डायलिसीस घेणं शक्य नाही. त्यामुळे आता

तुला दुसरी किडनी बसवणं हा एकच उपाय आहे. पण त्याची काळजी तू करायची नाहीस. मी पुढचं सगळं बघतो. आता तू तुझ्या भावाच्या देखरेखीखाली आहेस आणि इथून बरी होऊनच जाणार आहेस. तेव्हा कसलीही काळजी करायची नाही."

हे ऐकून संजीवनी माझ्याकडे बघायला लागली. मी तिथेच बसलो होतो. संजीवनी काहीच बोलत नव्हती. तिच्या डोळ्यांतून पाणी यायला लागलं. अक्का लगेच संजीवनीजवळ जाऊन तिचा हात हातात घेऊन बसल्या. त्यांनाही तोवर आम्ही हे सांगितलं नव्हतं. मला संजीवनीकडे बघवेना म्हणून मी मान खाली घातली.

मग अजित सर माझ्याकडे वळून म्हणाले,

"आपण ही गळ्याजवळची नळी काढून टाकूया. डॉ.उमेश उद्या संजीवनीचं ए.व्ही.फिस्टुला[4] करतील. ते जास्त बरं पडेल कारण आपल्याला बरेच डायलिसीस करायला लागणार आहेत. डॉ.कृपलानींनी तसं सांगितलं असेलच."

मी मानेनेच 'हो' म्हटलं.

अजित सरांनी लगेच डॉ.ओझांना त्याप्रमाणे सूचना दिल्या.मग ते उठून माझ्याजवळ आले.

माझ्या खांद्यावर हात ठेवून म्हणाले,

"डॉक्टर, काही काळजी करू नकोस, ही बरी होणार आहे."

आणि ते निघून गेले.

आम्ही सगळेच सुन्न होऊन बसलो होतो. संजीवनीचं ऑपरेशन करायला लागणार आहे याची कल्पना खरं तर मला नागपूरलाच आली होती. पण

---

[4] ए.व्ही.फिस्टुला म्हणजे एक छोटंसं ऑपरेशन सारखंच असतं. त्यात सहसा उजव्या हाताच्या अशुद्ध आणि शुद्ध रक्तवाहिन्या एकमेकांशी जोडतात ज्याने हिमोडायलिसीस साठी लागणारा कॅनुला (जाड सुई) आत शिरायला जास्त जागा मिळते. या ऑपरेशननंतर साधारण त्याच दिवशी पेशंट घरी जाऊ शकतो.

म्हणतात ना, एखादी गोष्ट होणार हे माहीत असणं आणि प्रत्यक्षात तसंच होणं यात खूप फरक असतो. मला खरं सांगायचं तर तेव्हा लक्षात आलं की माझ्या मनात सुरुवातीपासून नेमकी कशाची भीती होती.

आता डोनर कसा शोधायचा? ऑपरेशनला लागणारा पैसा कुठून आणायचा? किती दिवस लागतील या सगळ्याला? की महिने? डॉक्टर म्हणून विचार करावा की नवरा म्हणून? काहीही कळत नव्हतं. पण मग मला अजित सरांचा माझ्या खांद्यावर ठेवलेला हात आठवला आणि मी त्या दिवसापुरता का होईना निर्धास्त झालो.

डॉ.उमेश ओझांनी दुसऱ्याच दिवशी संजीवनीला ए.व्ही.फिस्टुला करण्यासाठी नेलं. ती गेल्यावर मी एस.टी.डी.बुथवर जाऊन आधी भाऊ, उषामाई, कल्पना सगळ्यांना संजीवनीच्या ऑपरेशनबद्दल कळवलं. सगळ्यांसाठीच हा मोठा धक्का होता.

त्याकाळी ऑपरेशन म्हटलं की लोक घाबरत असत. त्यात आपल्या शरीरात दुसऱ्या कुणाचातरी अवयव बसवता येतो हे सगळ्यांच्याच कल्पनेच्या पलीकडलं होतं. मग कॉलेजला फोन लावला. डॉ.बाबा कवीश्वरांना मुंबईची सगळी कल्पना दिली आणि इथे किती दिवस, महिने लागतील याची मात्र काही कल्पना नसल्याचं सांगितलं. त्यांनी परत एकदा मला खूप धीर दिला.

मग सगळ्यात शेवटी खूप हिंमत करून खामगांवला शहांच्या घरी फोन लावला. शहांनी आधी संजीवनीची नीट चौकशी केली आणि म्हणालेत,

"नाना, तुम्ही ५ मिनिटांनी फोन करा, मी कुणालातरी बोलावतो."

मला सोनालीचीच खूप काळजी वाटत होती. तिचं दहावीचं वर्ष होतं आणि आम्ही दोघेही तिच्याजवळ नव्हतो. या वेळेस खरं तर तिला आमची खूप गरज होती. ती ५ मिनिटे मी विचारच करत होतो की जर सोनालीनेच फोन घेतला आणि ती रडायला लागली तर आपण कसं सांभाळायचं तिला?

मी कल्पना करत होतो. आता शहा त्यांच्या खिडकीपाशी गेले असतील. घरासमोर कुणी दिसतं आहे का बघत असतील. समीर किंवा दिपू खेळताना दिसले किंवा सिंधूबाई बाहेर दिसल्या तर त्यांना हाक मारून सांगतील. मग लगेच सोनाली किंवा अमृता धावत येतील फोन घ्यायला. इ.

मग ५ मिनिटांनी परत फोन केला.

एक रिंग वाजते न वाजते तोच फोन उचलल्या गेला,

"हॅलो?"

हुश्श..फोन उमेशने उचलला होता. त्याला संजीवनीला ऑपरेशनबद्दल कळल्याचं सांगितलं. मुलांची चौकशी केली.

फोन ठेवताना उमेश म्हणाला,

"काळजी घे रे नाना, सगळं ठीक होईल.आम्ही आहोत इथे. मुलांना आता सांगतो मी हे सगळं."

मी "हो" म्हणून फोन ठेवला.

मनात खूप वाटत होतं की आपण सोनालीशी पण बोलायला हवं होतं. समीरशी तर किती दिवस झालेत बोललोच नाही आहोत आपण. दिपू तरी नीट राहत असेल का आपल्याशिवाय? झोपत असेल का रात्री? संजीवनीच्या तब्येतीमुळे इतर काहीही डोक्यात येतच नव्हतं.

फोन ठेवल्यावर मी तसाच फोनकडे बघत थोडावेळ तिथेच बसून राहिलो. आता मला पुढे काय हा मोठा प्रश्न सोडवायचा होता. मग मी उठून खोलीत आलो. संजीवनी नुकतीच परत आली होती. तिने लगेच मुलांची चौकशी केली.

"काय हो? मुलं बरी आहेत ना?"

"हो, बरी आहेत."

"सोनू अभ्यास करत होती ना? आणि समीर? तो काय करत होता?"

"हो, दोघेही अभ्यासच करत होते."

"दिपू नाही आली का पळत तुमच्याशी बोलायला? उमेश भाऊजींजवळ तशी ती फार छान राहते…"

"हम्म.."

"तिला आठवण येते का हो माझी? ती विसरणार तर नाही ना मला?"

"अगं संजीवनी…असं कसं होईल? अशी कशी विसरेल ती तुला? तू तिथली काळजी नको करूस, तिथे सगळं ठीक आहे. तू सध्या फक्त स्वतःचाच विचार कर."

"असा कसा फक्त स्वतःचाच विचार करू हो? मला सतत मुलांची आठवण येते. त्यांना कधी परत बघायला मिळेल माहीत नाही. बघायलाही मिळेल की नाही तेही माहीत नाही. अजून डोनर शोधायचा आहे. तो कधी मिळेल माहीत नाही. मला काहीही समजत नाही हो काय करावं ते. काही करूही शकत नाही मी. इथे पडून पडून खूप कंटाळा आला आहे मला. स्वतःचं स्वतःला आवरतासुद्धा येत नाही मला. अक्काने तरी किती करायचं माझ्यासाठी?"

आणि संजीवनीच्या डोळ्यांतून पाणी वाहू लागलं.

मला फार वाईट वाटलं. संजीवनीचं म्हणणं बरोबरच होतं. मी निदान मुलांशी कधीतरी का होईना बोलू शकत होतो. पण संजीवनीला तर तेही शक्य नव्हतं. सोनालीच्या दहावीच्या वर्षासाठी संजीवनीनेच किती तयारी केली होती. पण आता तिला काहीही करणं अशक्य होतं.

अण्णा संजीवनीच्या ऑपरेशनचं कळताच नागपूरहून खामगांवला मुलांजवळ गेले. सोनालीचं दहावीचं वर्ष असल्याने ते तिथे असणं एका दृष्टीने योग्यच होतं.

संजीवनीचं डायलिसीस सुरू झालं होतं पण अजूनही तिचे पाय पूर्ण बरे झाले नव्हते. संजीवनीच्या डायलिसीसच्या वेळा फार आडनिड्या असत. कधी रात्री १२:००, कधी २:३०, तर कधी पहाटे ३:०० सुद्धा. परत रूमवर यायला कधी कधी पहाटेचे ४:०० सुद्धा वाजायचे. संजीवनीची तब्येत

फारशी चांगली नसल्याने कधी कधी ६-६ तास डायलिसीस चालत असे. त्यामुळे संजीवनीच्या जेवणाच्या वेळासुद्धा पाळल्या जात नसत. डॉ.अजित फडकेंना हे कळलं आणि एकदा तर त्यांनी आम्हाला पहाटे कॉलनीमध्ये शिरताना पाहिलंच.

झालं असं होतं की एकदा आम्ही पहाटे ४:०० ला परत आलो तेव्हा अजित सर एक इमर्जन्सी पेशंट बघून घरी जात होते आणि आम्ही आत येत होतो.

आम्हाला बघून ते लगेच आमच्यापाशी आले आणि विचारलं,

"हे काय? इतक्या सकाळी रूमच्या बाहेर काय करत आहात?"

"सर, ते आम्ही डायलिसीससाठी गेलो होतो."

"ह्या वेळी?"

"हो, ९:०० वाजता डायलिसीस सुरू झालं."

"इतक्या उशिरा?"

"हो."

"हम्म..मी बोलतो डॉ.कृपलानींशी."

आणि ते निघून गेले.

त्या दिवशी दुपारी जेव्हा ते परत आले तेव्हा ते आठवणीने डॉ.कृपलानींशी बोलले. डॉ.कृपलानींनी आमची अडचण समजून घेऊन माहीमला एस.एल.रहेजा हॉस्पिटलला येण्याबद्दल सुचवलं. डॉ.कृपलानी आठवड्यातून एकदा रहेजाला जात असत. रहेजा हे खरं तर डायबिटिक(मधुमेही) लोकांसाठीचं हॉस्पिटल होतं. पण नुकतंच तिथे डायलिसीसचं युनिट सुरू झालं होतं.

मग संजीवनीचं डायलिसीस रहेजाला सुरू झालं. आम्ही आठवड्यातून ३ वेळा डायलिसीससाठी जात असू. तिथे मात्र सकाळी ९:०० ला डायलिसीस सुरू होत असे आणि आम्ही जेवणाच्या वेळेपर्यंत परत येत असू.

******

संजीवनीचे जवळपास ५-१० डायलिसीस झाले आणि तिच्या पायांतली ताकद हळूहळू परत यायला लागली, त्यांतला जडपणा कमी व्हायला लागला. तिला स्वतःचं स्वतः उठून बसता यायला लागलं, तरी तिला उचलूनच न्यावं लागायचं. पण निदान प्रगती होती.

एकीकडे संजीवनीचे डायलिसीस सुरू होते आणि दुसरीकडे आम्ही सगळेच तिच्यासाठी डोनर शोधत होतो. त्यावेळी भारतात किडनी ट्रान्सप्लांट हे केवळ २५ वर्षं जुनं होतं. १९६५ साली भारतात पहिलं किडनी ट्रान्सप्लांट झालं होतं. पण त्यानंतर बऱ्याच अडचणी यायला सुरुवात झाली. अपुऱ्या ज्ञानामुळे नातेवाईक आपली किडनी द्यायला तयार नसायचे त्यामुळे दुसऱ्या कुणाचीतरी किडनी बसवावी लागत असे. मग ती किडनी घेणाऱ्याला पुढे बऱ्याच अडचणी यायच्या. शिवाय या कारणांमुळे डोनरचा तुटवडाही जाणवू लागला होता. डोनर पटकन सापडायचा नाही. मग किडनीची गरज असलेल्या व्यक्तीला एक तर डोनर मिळेपर्यंत डायलिसीस करत रहावं लागायचं जे खूपच खर्चिक होतं किंवा इतका खर्च करणं शक्य नसल्याने मृत्यूला तरी सामोरं जावं लागायचं.

बरं, जर का ती किडनी एखाद्या मृत व्यक्तीची असेल तर ती किडनी घेणारा फार फार तर १०-१५ वर्षं जगू शकतो. म्हणजे किडनी देणारी व्यक्ती जिवंत हवी, शिवाय निरोगी हवी. अशा परिस्थितीत संजीवनीला किडनी कधी आणि कुणाची मिळेल याची काहीही शाश्वती नव्हती आणि जरी मिळाली तरी संजीवनीचं शरीर ती कितपत स्वीकारेल हादेखील मोठाच प्रश्न होता.

तसं अजित सरांनी आम्हाला सांगितलं होतं की आधी नातेवाइकांनाच विचारा. पण संजीवनीचे रक्ताचे नातेवाईक म्हणजे मुलं, अण्णा आणि अक्का. यातून मुलं तर बादच होती. अण्णांच्या वयामुळे त्यांचाही प्रश्नच नव्हता. राहता राहिल्या अक्का. पण त्यांच्यावरच्या जबाबदाऱ्या पाहता

त्यांना विचारण्याची माझी हिंमत होत नव्हती. त्यामळे माझ्यावर डोनर शोधण्याचा आणखी एक ताण वाढला होता. असेच ३-४ दिवस गेले.

एक दिवस माझे जवळपास सगळेच विद्यार्थी संजीवनीला भेटायला आले होते. म्हणजे उमेश गंडभीर, दिलीप कदम, मंगेश पंडित, अतुल, अरुण, उपेंद्र जोशी, पुरोहित सगळेच. आम्ही वेटिंगमध्ये बसून बोलत होतो, कारण संजीवनी आत खोलीत झोपली होती. आमचा विषय अर्थातच संजीवनीचं ऑपरेशन आणि डोनर हाच होता. त्याकाळी डोनर इतके सहजासहजी मिळत नसत कारण अवयवदानाविषयी फारशी माहिती नसायची लोकांना. मग डोनर कसा शोधणार? कुठे शोधणार? त्याच्याबद्दल योग्य आणि खात्रीशीर माहिती कशी मिळवायची? या सगळ्याला किती वेळ लागेल? हे सगळं बोलणं सुरू होतं.

अक्का पण तिथेच सुन्न होऊन सगळं ऐकत होत्या. आमची वैद्यकीय भाषा त्यांना कळत नव्हती. अवयव असा दान करता येतो हेही त्यांना त्यावेळी माहीत नव्हतं. त्या शांतपणे सगळं ऐकत होत्या. त्यांना कळत नव्हतं की आपण यात संजीवनीसाठी काय करू शकतो.

मग बोलता बोलता गंडभीर म्हणाला,

"डोनर शक्यतोवर एखादा नातेवाईकच असेल तर ती किडनी जुळण्याची शक्यता जास्त असते."

अक्कांना तोवर हे माहीत नव्हतं. त्यांनी लगेच गंडभीरकडे बघितलं. त्यांच्या डोळ्यांत चमक दिसू लागली. काहीतरी सापडल्यासारखे भाव होते त्यांच्या चेहऱ्यावर.

गंडभीरने ते ताबडतोब ओळखलं आणि लगेच म्हणाला,

"अक्का, तुम्ही द्याल का किडनी?"

अक्कांची काही हरकत नव्हती पण त्यांना त्यांच्या मुलांची खूप काळजी होती. मुख्य म्हणजे किडनी दिल्यानंतर काय होईल याची त्यांना

कल्पना नव्हती. गंडभीरसुद्धा त्यावेळी विद्यार्थीच असल्याने तो अक्कांना फार माहिती देऊ शकला नाही. मग त्याने मला तसं सांगितलं.

माझा आधी विश्वासच बसेना. माझी हिंमत होत नव्हती अक्कांना विचारण्याची पण गंडभीरने माझा हा प्रश्न नकळतच इतक्या सहजपणे सोडवला होता.

मग मी अक्कांना त्याबद्दल माहिती दिली.

त्यांना हवी तेवढी माहिती मिळाल्यावर त्या निःशंक झाल्या. त्यांचं उत्तर तयारच होतं. त्या किडनी द्यायला तयार झाल्या आणि साहजिकच होतं ते. या दोघीच बहिणी होत्या. त्यामुळे अक्कांचीच किडनी जुळण्याची शक्यता जास्त होती.

खरं तर अक्का स्वतः ५० वर्षांच्या होत्या. संजीवनीपेक्षा ८ वर्षं मोठ्या. पण आजपर्यंत त्यांना कुठलाही आजार किंवा त्रास नव्हता आणि सख्खी बहीण असल्याने अर्थातच डोनर म्हणून त्यांची सगळी माहिती होती. त्या किडनी द्यायला तयार झाल्याने डोनर शोधण्यासाठी लागणारा वेळ कमी होऊन संजीवनीला लवकर किडनी मिळणार होती. त्यांचं बोलणं ऐकून मला इतक्या दिवसांत पहिल्यांदा मनापासून आनंद झाला.

पण आत्ता कुठे अक्का स्वतःहून तयार झाल्या होत्या. आता त्यांच्या सगळ्या टेस्ट्स होऊन त्यांची किडनी संजीवनीच्या किडनीशी कितपत जुळते हा प्रश्न होताच. पण निदान सुरुवात झाली होती. मग मी लगेच जाऊन अजित सरांना कळवलं.

तेही म्हणालेच,

"मी तर आधीच सांगितलं होतं की कुठल्याही प्रकारचं अवयवदान हे जर नातेवाईकांपैकी कुणी करत असेल तर तो अवयव जुळण्याची शक्यता जास्तच असते. इथे तर सख्खी बहीण स्वतः किडनी देते आहे. मला खात्री आहे त्यांची किडनी नक्कीच जुळणार. पण आधी आपण अक्कांचं आणि त्यांच्या यजमानांचं समुपदेशन करूया. हा या प्रक्रियेचा एक भाग असतो. तो

करावाच लागतो. त्यांच्या यजमानांना बोलावून घ्या. मग आपण दोघांचंही समुपदेशन सुरू करू."

अक्कांनी फोन करुन अण्णा आणि जयंतरावांना तसं कळवलं. अण्णा लगेच म्हणाले की मीच देतो किडनी. पण त्यांचं वय या ऑपरेशनसाठी खूप जास्त असल्याने त्यांना तसं करणं शक्य नव्हतं. मग जयंतराव १-२ दिवसांत मुंबईला आले. त्यांनाही अवयवदानाविषयी फारशी माहिती नव्हती त्यामुळे त्यांना ही सगळी माहिती देणं गरजेचं होतं.

त्या दोघांच्या समुपदेशनासाठी बॉम्बे हॉस्पिटलला एक कमिटी नेमली होती. त्यात सर्जन(शल्यविशारद) म्हणून अजित सर, डॉ.कृपलानी, एक मानसोपचारतज्ज्ञ आणि मॅजिस्ट्रेट(दंडाधिकारी) अशी ४ जणं होती. सगळ्यात आधी मानसोपचारतज्ज्ञाने अक्कांना तपासलं. त्यासाठी दिलीप कदम २ वेळा अक्कांना त्यांच्या दवाखान्यात घेऊन गेला. गिरगाव चौपाटीजवळ कुठेतरी तो दवाखाना होता. त्या मानसोपचारतज्ज्ञाने अक्का मानसिकदृष्ट्या पूर्णपणे नॉर्मल असल्याचं प्रमाणपत्र दिलं आणि मगच कमिटीसमोर त्यांचं समुपदेशन करण्याचं निश्चित झालं.

दुसऱ्याच दिवशी अक्का आणि जयंतरावांचं समुपदेशन सुरू झालं. त्यांना एका खोलीत नेलं. तिथे सगळे बसलेलेच होते. अक्का आणि जयंतराव त्यांच्यासमोर जाऊन बसले आणि एक एक जण त्यांच्याशी बोलू लागला.

"मी तुम्हाला जे प्रश्न विचारणार आहे त्यातील काही प्रश्न कदाचित तुम्हाला आवडणार नाहीत. पण हे प्रश्न या प्रक्रियेचाच एक भाग असल्याने आम्हाला विचारावेच लागतील."

अक्का आणि जयंतराव दोघांनीही संमती दिल्यावर त्यांना प्रश्न विचारायला सुरुवात झाली.

"तुम्ही हे कुणाच्या दबावाखाली करत आहात का?"

"नाही."

"कुणी जबरदस्ती करतं आहे का?"

"नाही."

"हे सगळं पैशांसाठी करत आहात का?"

"अजिबात नाही."

"घरच्यांची परवानगी आहे का?"

मग अक्कांनी स्पष्टच सांगितलं,

"हा माझा निर्णय आहे. कुणीही यासाठी मला जबरदस्ती केलेली नाही आणि माझ्या यजमानांचीही याला हरकत नाही. शिवाय मला खात्री आहे की माझ्या इतर नातेवाईकांचीही याला हरकत नसणारच आहे."

मग अजित सर जयंतरावांना म्हणाले,

"तुमच्या काही शंका असतील तर निर्धास्तपणे मला विचारा. मी तुमच्या सगळ्या शंकांचं निरसन करेन. तुमचं पूर्ण समाधान झाल्यावरच आपण काय तो निर्णय घेऊ."

मग जयंतराव थोडा विचार करून म्हणाले,

"हिने प्रभाला किडनी द्यायला माझा अजिबात विरोध नाही. मला फक्त एकाच गोष्टीची खात्री हवी आहे. ती म्हणजे हिच्या जिवाला काही धोका नाही ना?"

अजित सर लगेच म्हणाले,

"अजिबात नाही. ह्यांच्या जिवाला काहीही धोका नाही. तुम्ही त्याची अजिबात काळजी करू नका."

जयंतराव म्हणाले,

"मग माझी काहीच हरकत नाही."

त्यांना तशी खात्री पटल्यावर अक्का किडनी देणार म्हणून ठरलं. त्या दोघांनी बाहेर येऊन मला सगळं सांगितलं. मला अक्षरशः मणामणाने हलकं झाल्यासारखं वाटलं. आपण कुठे आहोत हे विसरून मी तसाच अक्कांच्या पाया पडलो. जयंतरावांचे आभार मानले. अक्का आणि मी दोघेही त्यावेळी

खूप भावुक झालो होतो. काय बोलावं कळत नव्हतं. तसेच शांतपणे आम्ही रूममध्ये आलो.

संजीवनीला आणि खरं तर मलाही जयंतराव याला तयार होतील याची खात्री नव्हती. याचं कारण म्हणजे हे ऑपरेशन अगदी जिवावर बेतणारं नसलं तरी अक्कांना काही काळ तरी हॉस्पिटलला रहावं लागणार होतं आणि यापूर्वी असं अवयवदान केलेलं आमच्या कुटुंबात तरी कुणीच नव्हतं. त्यामुळे जयंतराव नाही जरी म्हणाले असते तरीही आमच्या मनाची तीही तयारी होती कारण त्यात त्यांची काहीच चूक नसती.

रूममध्ये येऊन संजीवनीला तसं सांगितल्यावर तिच्याही डोळयांत पाणी आलं. ती अक्कांचे हात हातात घेऊन अश्रुभरल्या डोळयांनी कितीतरी वेळ अक्कांकडे फक्त बघत होती. तिला कळत नव्हतं की अक्कांचे आभार कसे मानावेत?

शेवटी अक्काच म्हणाल्या,

"अगं, तुझ्याजागी मी असते तर तू काही वेगळं केलं असतंस का? आपण दोघीच शेवटी एकमेकींना आहोत ना? आता काही विचार करू नकोस आणि आराम कर बरं."

आम्ही दुसऱ्या दिवशी अजित सरांना परत जाऊन भेटलो. त्यांनी अक्कांच्या ऑपरेशनसाठी गरजेच्या सगळ्या टेस्ट्स लिहून दिल्या.

९ जुलैला म्हणजे येत्या सोमवारीच अक्कांना त्यांच्या पहिल्या टेस्टसाठी बॉम्बे हॉस्पिटलला जायचं होतं. जयंतरावांना सुट्या नसल्याने ते लगेच वर्ध्याला निघून गेले.

आता कुठे सगळं सुरळीत होईल अशी खात्री वाटू लागली होती. डोनर शोधण्यासाठी लागणारा वेळ वाचला होता. जर का अक्कांची किडनी जुळली तर संजीवनीच्या शरीरातील युरिया आणि क्रिएटीनीनची पातळी साधारण सामान्य झाली की लगेच ऑपरेशन करता येणार होतं. पण या सगळ्या गोष्टी इतक्या सहजासहजी घडणार नव्हत्या.

९ तारखेची सकाळ छान आल्हाददायक होती. आदल्या दिवशी रात्रभर पाऊस पडला होता. पण आज सकाळपासून जरा उघडीक होती. संजीवनी आत पुस्तक वाचत होती. अक्का त्यांच्या पहिल्याच टेस्टसाठी म्हणजे ब्लड, युरीन आणि इतर काही टेस्ट्स करण्यासाठी गंडभीरबरोबर बॉम्बे हॉस्पिटलला गेल्या होत्या. त्यांना यायला बराच वेळ लागणार होता. नुकताच मी उमेशशी बोलून आलो होतो. तिकडे खामगांवला दिपूची शाळा सुरू झाली होती. दिपू पहिल्या वर्गात गेली होती, समीर सहावीत आणि सोनू दहावीत. पण आम्ही तिथे नसल्याने पालक म्हणून उमेशनेच सही केली होती.

त्याच विचारांत मी सगळं आवरून कॉलनीच्या वेटिंगमध्ये कुठलंतरी मेडिकलशी संबंधित पुस्तक वाचत बसलो होतो. तेवढ्यात दारासमोर एक टॅक्सी येऊन थांबली. मी सहज बघितलं तर गंडभीर गाडीतून उतरत होता.

मला कळेना, त्यांना जाऊन जेमतेम एक तास झाला होता.

मी लगेच उठून बाहेर आलो.

"का रे? काय झालं? टेस्ट झाली पण इतक्या लवकर?"

"सांगतो सर, एक मिनिट."

तो टॅक्सीच्या दुसऱ्या बाजूला गेला आणि अक्कांना गाडीतून उतरायला मदत करायला लागला. मी बघतच होतो. अक्कांना धड उभं राहणंही जमत नव्हतं.

"बापरे, अक्कांना टेस्टच्या वेळी चक्कर वगैरे आली की काय?"

मी पण लगेच त्याच्या मदतीला गेलो. अक्कांना नीट उभं राहता येत नव्हतं. खूप कळवळत होत्या त्या. डावा गुडघा धरून उभं राहण्याचा प्रयत्न करत होत्या.

"अक्का? काय झालं?"

"सर, मी सांगतो सगळं. आपण आधी ह्यांना आत नेऊया."

"हं..थांब मी आलोच."

अक्कांना उभं राहता येत नाही आहे हे बघून मी जवळपास धावतच आत गेलो आणि एक खुर्ची घेऊन बाहेर आलो. आम्ही दोघांनी अक्कांना धरून त्यावर बसवलं आणि आत आणलं. गंडभीर लगेच त्यांच्यासाठी पाणी घेऊन आला. अक्कांना वेदनेमुळे काही बोलायला सुचत नव्हतं. मग गंडभीरने मला नेमकं काय झालं ते सांगितलं.

हे दोघे वेळेत बॉम्बे हॉस्पिटलच्या पॅथॉलॉजीला पोहचले होते. आदल्या रात्री झालेल्या पावसामुळे तिथे पायऱ्यांवर सगळीकडे आजूबाजूच्या झाडांची पानं पडलेली होती. त्यामुळे पायऱ्या चढत असतानाच तिथल्या एका पानावरून अक्कांचा पाय घसरला आणि त्या गुडघ्यावर जोरात पडल्या. गंडभीरने त्यांना उचलण्याचा प्रयत्न केला पण त्यांना उठताच येईना. त्यांच्या गुडघ्यातून असह्य कळा येऊ लागल्या. मग गंडभीरने तिथेच बॉम्बे हॉस्पिटलला इमर्जंसीमध्ये नेलं. तिथे त्याला सांगण्यात आलं की अक्कांच्या पायाचं हाड मोडलं आहे. त्याचं ऑपरेशन करावं लागेल आणि त्यासाठी ५०००/- भरावे लागतील.

गंडभीरजवळ तेव्हा एवढे पैसे नव्हते मग त्याने तिथल्या डॉक्टरांना तात्पुरतं पायाला आधार म्हणून काहीतरी लावून देण्याची विनंती केली. मग त्यांनी पायाला लाकडी पट्ट्या बांधून आधार दिला आणि गंडभीर अक्कांना घेऊन कॉलनीला आला.

हे सगळं ऐकून मी सुन्न झालो. स्वतःला सावरत मी लगेच अक्कांकडे वळलो.

अक्कांना किती वेदना होत आहेत हे त्यांच्या चेहऱ्यावर स्पष्ट दिसत होतं. त्यांना लगेच एखाद्या ऑर्थोपेडिककडे(हाडांचे डॉक्टर) नेणं गरजेचं होतं.

मी लगेच संजीवनीला सांगायला आत गेलो. अक्का पडल्यात एवढंच ऐकून ती खूपच घाबरली. तिला इतकं घाबरलेलं बघून मी तिला पुढचं काही सांगितलंच नाही. तिला कसंबसं शांत केलं. तोवर अजित सर आलेच.

सगळं बघून त्यांनी अक्कांना घेऊन जवळंच डॉ.लाड ह्यांच्याकडे जायला सांगितलं. डॉ.लाड म्हणजे डॉ.अजित फडकेंचे खास मित्र होते आणि गंडभीरच्या नात्यातही होते. त्यांचा दवाखाना कॉलनीपासून अगदीच जवळ होता. अजित सरांनीच आमच्यासाठी एका कारची सोय केली. मग गंडभीर आणि मी अक्कांना घेऊन लगेच त्यांच्याकडे निघालो. आम्ही तिथे पोहचेपर्यंत अजित सरांनी डॉ.लाडना फोन करून सगळं कळवलं होतं. त्यामुळे आम्ही तिथे पोहचल्याबरोबर डॉ.लाड ह्यांनी अक्कांना लगेच भरती केलं आणि त्यांच्यावर उपचार सुरू केले. आम्ही तोवर बाहेरच थांबलो होतो.

डॉ.लाड थोड्या वेळाने बाहेर येऊन मला म्हणाले,

"डॉक्टर, त्यांना काही दिवस इथेच रहावे लागेल. त्यांच्या गुडघ्याच्या वाटीचे ४ तुकडे झाले आहेत."

"काऽऽय? माय गॉड...!"

"हो, त्यामुळे लवकरात लवकर ऑपरेशन करावे लागणार आहे. त्यांच्या घरचे कुणी असतील तर ते किंवा तुम्ही त्यांचा ऍडमिशन फॉर्म भरून द्या."

मला कळेना आता काय करावं? मग मी त्यांनी सांगितल्याप्रमाणे सगळं केलं. अक्का तिथे भरती झाल्या आणि मग मी परत रूमवर आलो. अतिशय थकवा जाणवत होता मला.

मला असं बघून संजीवनी म्हणाली,

"का हो, काय झालं अक्काला? पाय मुरगळला का तिचा? फ्रॅक्चर नाही ना झालेलं? ती का नाही आली?"

"त्यांच्या गुडघ्याच्या वाटीचे ४ तुकडे झाले आहेत संजीवनी...ऑपरेशन करायला लागणार आहे त्यांचं लवकरात लवकर..."

"काऽऽऽऽय?"

संजीवनी जवळजवळ ओरडलीच. तिचे डोळे आश्चर्य, भीती आणि अपराधीपणाच्या भावनेने भरून गेले.

“बापरे...आता काय करायचं हो?”

मला काहीही सुचत नव्हतं.

मी म्हटलं,

“मी बघतो काय करायचं ते. तू काही काळजी करू नकोस.”

“कशी नको करू काळजी? माझ्यासाठी म्हणून ती इथे आली आणि काय झालं बघा ना. मलाच अपराध्यासारखं वाटतं आहे आता. माझ्यामुळेच झालं सगळं.”

असं म्हणून ती खूप रडायला लागली. मला कळत नव्हतं तिला कसं शांत करावं? खरं तर हा आम्हा सगळ्यांसाठीच खूप मोठा धक्का होता. संजीवनीची अवस्था वाईट होत होती. या घटनेचा तिच्या तब्येतीवर परिणाम होऊन चालणार नव्हता. मग मी याबाबतीत अजित सरांशी बोलायला गेलो. त्यांना सगळं सांगितलं.

पण ते मला म्हणाले,

“डॉक्टर, झालं ते वाईटच झालं पण आपण वाईटातूनही चांगलं पहावं. त्या पडल्या, त्यांच्या गुडघ्याचं हाड मोडलं, विचार करा, जर डोक्याला मार लागला असता तर काय झालं असतं?”

“बापरे..तो तर विचार पण करवत नाही मला. सर, मला पूर्णपणे पटतं आहे तुमचं म्हणणं. पण मी संजीवनीला कसं समजावू ते कळत नाही आहे मला.”

“तिला काळजी वाटणं साहजिक आहे डॉक्टर. एक काम करा. तिला गीता द्या वाचायला. खूप बरं वाटेल ते वाचून. मन शांत होईल तिचं.”

“हम्म..चालेल. थँक यु सर. येतो मी.”

अजित सरांचं हे एक स्वभाववैशिष्ट्य होतं. ते इतके छान बोलायचे की समोरचा माणूस त्यांचं बोलणं ऐकून निर्धास्त व्हायचा. त्यांनी सांगितल्याप्रमाणे मी गीतेचं पुस्तक शोधू लागलो. माझ्याकडे त्यावेळी गीता नव्हती. पण माझ्या पुस्तकांमध्ये स्वामी शिवतत्त्वानंदांचं रामकृष्ण मिशनने

प्रकाशित केलेलं 'गीतेचे अंतरंग' हे पुस्तक होतं. ते मी संजीवनीला वाचायला दिलं.

पण आता सगळ्यात कठीण प्रश्न होता हे सगळं जयंतराव आणि अण्णांना कसं सांगायचं? मी परत एकदा फोनबुथवर गेलो. सगळ्यात आधी जयंतरावांना फोन लावून सगळं सांगितलं. नुकतेच ते मुंबईहून वर्ध्याला गेले होते. साहजिकच खूप घाबरले ते. पण त्यांनी सांभाळलं स्वतःला. मग दुसरा फोन खामगांवला लावला. अण्णा तेव्हा तिथेच होते. शहांनी नेहमीप्रमाणेच आधी संजीवनीची चौकशी केली आणि ५ मिनिटांनंतर फोन करायला सांगितला. मी ५ मिनिटांनी परत फोन लावला. तोवर शहांनी उमेश आणि अण्णा दोघांनाही बोलावलं होतं. मी आधी अण्णांशी बोललो.

"हॅलो, अण्णा?"

"हां, बोला रमेशराव..!"

"कसे आहात तुम्ही?"

"मी ठीक, संजीवनी बरी आहे ना? आणि सुधा?"

"संजीवनी ठीक आहे अण्णा. मी काय सांगतो ते ऐकून टेंशन घेऊ नका. अक्का आज सकाळी पडल्यात. त्यांच्या गुडघ्याच्या वाटीचे ४ तुकडे झाले आहेत. त्यांना जवळच एका हॉस्पिटलमध्ये भरती केलं आहे. त्यांचं ऑपरेशन करावं लागणार आहे गुडघ्याचं."

"आं..काय सांगता रमेशराव..??"

"हो अण्णा, पण तुम्ही काळजी करू नका. मी बघतो इथे सगळं."

"मी येतो तिथे."

"नको अण्णा, तुम्ही नका येऊ. माझे विद्यार्थी आहेत इथे मदतीला. तुम्ही घाबरू नका."

"बरं..उमेशरावांना देतो फोन."

अतिशय थरथरत्या आवाजात अण्णा म्हणाले. मला खात्री होती त्यावेळी त्यांच्या डोळ्यांतून पाणी येत असणार आणि साहजिकच होतं ते.

त्यांच्या दोन्ही मुली एकाच वेळी वेगवेगळ्या कारणांसाठी वेगवेगळ्या हॉस्पिटलमध्ये भरती होत्या. त्यांचे दोन्ही डोळे अधू झाल्यासारखंच होतं ते.

"हां बोल नाना, काय झालं रे?"

उमेशने एकीकडे अण्णांना सांभाळत घाबरतच मला विचारलं. मी त्याला सगळं सांगितलं.

"अरे बापरे, आता रे? मी येऊ का तिथे?"

"नको, तू नको येऊस. पण शक्य असेल तर अमृताला लगेच पाठव इथे. संजीवनीजवळ कुणीतरी हवं आता अक्का नाहीत तर."

"हो चालेल, मी पाठवतो तिला. उद्याचंच तिकीट बघतो मिळालं तर. तू काही काळजी करू नकोस आणि स्वतःची पण काळजी घे."

"हो..मला कळव तसं आणि अण्णांना सांभाळ."

"हो..मी बघतो ते."

"मुलं बरी आहेत ना रे?"

"हो, एकदम. काही काळजी करू नकोस त्यांची."

मी अतिशय जड अंतःकरणाने फोन ठेवला. रात्र झाली होती. मी जेवून रूमवर गेलो आणि मला कधी झोप लागली कळलंही नाही.

सकाळ झाल्यावर सगळं आवरून अक्कांचा जेवणाचा डबा घेऊन त्यांच्या हॉस्पिटलला गेलो. त्यांना खूप वेदना होत होत्या. थोड्या वेळाने डॉ.लाड आले.

मला म्हणाले,

"डॉक्टर, आपण परवा म्हणजे १२ तारखेला ह्यांचं ऑपरेशन करू."

"बरं, चालेल. तुम्ही म्हणाल तसं. पण मला थोडं बोलायचं होतं सर तुमच्याशी. जरा बाहेर येता का?"

ते लगेच माझ्या बरोबर बाहेर आले. मी घाबरतच त्यांना पैशांबद्दल विचारलं.

"सर..ते ऑपरेशनचे किती पैसे होतील याची जरा कल्पना द्याल का आधी? म्हणजे मला पैशांची सोय करायला बरं म्हणून विचारतो आहे."

मला अक्कांची काळजी होतीच. पण पैशांचीही होती कारण एकतर मी सतत संजीवनीबरोबर असल्याने प्रॅक्टिस पूर्ण बंद होती. सेव्हिंग्ज संपत आल्या होत्या. संजीवनीच्याच ऑपरेशनला खूप खर्च येणार होता. मला अपेक्षित होतं की सगळं मिळून ते लाखभर खर्च सहज सांगतील. माझ्या मनात त्याचं गणित मी आधीच मांडलं होतं. त्यामुळे डॉ.लाड आता काय सांगतात हे मी कानांत प्राण आणून ऐकत होतो. पण ते जे बोलले ते ऐकून माझा माझ्या कानांवर विश्वासच बसला नाही.

ते माझ्या खांद्यावर हात ठेवत म्हणाले,

"डॉक्टर, मला डॉ.फडकेंनी सगळं सांगितलं आहे. अहो, त्या एवढी त्यांची किडनी देत आहेत. मी काही त्यांच्या ऑपरेशनचे पैसे घेऊ शकणार नाही आणि तुम्ही त्यांच्या हॉस्पिटलच्या खर्चासुद्धा विचार करू नका. ते सगळं आम्ही बघू. तुम्ही काहीही काळजी करू नका."

माझ्या डोळ्यांत पाणी आलं. मी बोलायचा खूप प्रयत्न केला पण माझ्या तोंडून शब्दच बाहेर पडेनात. मी फक्त त्यांना हात जोडून नमस्कार करू शकलो. खरंच अशी माणसं भेटायला भाग्यच लागतं.

अमृता ऑपरेशनच्या आदल्या दिवशीच म्हणजे ११ जुलैला दुपारी येऊन पोहचली. किशोर तिला मुंबईपर्यंत सोडायला आला होता. तो संजीवनीला भेटला आणि लगेच निघून गेला. जयंतरावांना मुलांजवळ थांबणं गरजेचं असल्यामुळे मुंबईला येणं शक्य नव्हतं. प्रमोद म्हणजे संजीवनीचा चुलत भाऊ ऑपरेशनसाठी येणार होता पण त्याला १२ ला रात्रीचं तिकीट मिळालं.

अक्कांच्या ऑपरेशनच्या दिवशीच संजीवनीच्या डायलिसीसचाही दिवस होता. मला संजीवनीबरोबर जाणं भाग होतं. मग अमृता अक्कांजवळ थांबेल असं ठरलं. मला वाटत होतं आता तरी सगळं ठीक होईल. याहून

जास्त काय परीक्षा पाहणार देव माझी? पण कदाचित अजूनही माझी पूर्णपणे कसोटी लागलेली नव्हती.

दुसऱ्याच दिवशी म्हणजे १२ जुलैला सकाळी अमृताच्या पोटात खूप दुखायला लागलं आणि तिला खूप रक्तस्त्राव व्हायला लागला. मग तिथे कॉलनीलाच चौकशी केली की जवळपास कुणी स्त्रीरोगतज्ज्ञ आहे का? मग कळलं की जवळंच डॉ.जोशी म्हणून आहेत. मी लगेच अमृताला घेऊन त्यांच्याकडे गेलो. तिथे गेल्यावर त्यांनी अमृताला तपासलं आणि काही टेस्ट्स केल्या.

मग बाहेर येऊन मला म्हणाले,

"आय एम सॉरी डॉक्टर. त्यांचा गर्भपात झाला आहे. आपल्याला लगेच *क्युरेटिंग*[5] करावे लागणार आहे."

मी उडालोच. अमृताला दिवस गेले होते हेच मुळात माहीत नव्हतं. माझ्याप्रमाणेच अमृतासाठीही हा एक धक्काच होता. अगदी एक दीड महिनाच झाला असेल त्यामुळे तिलाही माहीत नव्हतं. मग लगेच तीही तिथेच भरती झाली. पण मग आता अक्कांजवळ कोण थांबणार? मला संजीवनीला घेऊन तिच्या डायलिसीससाठी निघायचं होतं. मी फोन करून माझ्या विद्यार्थ्यांना तसं कळवलं. मग माझ्या एका विद्यार्थ्याचे प्रदीप पुरोहितचे बाबा आमच्या मदतीला आले आणि ते अक्कांजवळ थांबले. त्यांची खूपच मदत झाली आम्हाला त्यावेळी.

एकाच दिवशी अक्कांचं ऑपरेशन, संजीवनीचं डायलिसीस आणि अमृताचं क्युरेटिंग! तिघीही वेगवेगळ्या हॉस्पिटलमध्ये!

यात कुणाचाही दोष नव्हता. मला माझं डोकं शांत ठेवून सगळं करावं लागणार होतं. अमृताचं ऐकून संजीवनी आणखीनच हताश झाली. तिला आणि मलाही कळतंच नव्हतं की हे सगळं का घडतं आहे? मग तिला तसंच

---

[5] *क्युरेटिंग म्हणजे गर्भाशय स्वच्छ करण्याची प्रक्रिया.*

डायलिसीसला घेऊन गेलो. डायलिसीस झाल्यावर आम्ही परत कॉलनीला आलो. तोवर अक्कांचं ऑपरेशन झालं होतं.

दुसऱ्या दिवशी प्रमोद पण पोहचला. तो आणि प्रदीप पुरोहितचे बाबा दोघे अक्कांजवळ थांबायचे. दिलीप किंवा अतुल सतत अमृताजवळ असायचे. ते २ दिवस माझी खूपच धावपळ झाली.

रोज संजीवनीचं जेवण झाल्यावर मी दोन डबे घेऊन निघायचो. आधी अमृताचा डबा द्यायचा, तिचं जेवण होईपर्यंत अक्कांचा डबा द्यायला जायचं. अक्कांचं जेवण झाल्यावर परत अमृताच्या दवाखान्यात जायचं, तिचा रिकामा डबा घेऊन रूमवर यायचं आणि मग स्वतः जेवायचं. माझी खरी कसरत सुरू झाली होती. एक माणूस किती ताण सहन करू शकतो याची देव जणू गंमतच बघत होता.

२ दिवसांनी अमृताला घरी जाण्याची परवानगी मिळाली. मग तिला माझ्याच एका विद्यार्थ्याबरोबर खामगांवला परत पाठवलं. मग म्हटलं आता आपणच संजीवनीचं सगळं बघू, तिच्यासाठी कुणाला बोलवायला नको. पण आता अक्कांजवळ थांबायला कुणीतरी बाईमाणूस हवं होतं.

कारण अक्कांचं ऑपरेशन झालं तरी त्यांना ८ दिवस दवाखान्यातच थांबायला लागणार होतं. शिवाय अक्कांच्या किडनीच्या ऑपरेशनच्या आधीच्या सगळ्या टेस्ट्स पण राहिल्या होत्या. पण आता अक्का बॉम्बे हॉस्पिटलला जाऊ शकत नव्हत्या म्हणून बॉम्बे हॉस्पिटलच्या पॅथॉलॉजीची माणसं त्यांचे सॅम्पल्स घ्यायला त्यांच्या दवाखान्यात येत असत.

याच दरम्यान डॉ.दादा कवीश्वरदेखील मुंबईला आले होते. ते कॉलेजच्या कामाने अधून मधून मुंबईला येत असत. यावेळी ते वेळ काढून संजीवनीला भेटायला कॉलनीला आले. सगळे विद्यार्थीदेखील ते येणार म्हणून कॉलनीला आले होते. खरं तर एव्हाना तिकडे खामगांवला सुट्या संपून विद्यार्थ्यांचं कॉलेज सुरू झालं होतं. पण तरीही या काही विद्यार्थ्यांनी कॉलेज सोडून मुंबईलाच आमच्या मदतीसाठी थांबण्याचा निर्णय घेतला

होता. त्याबाबतीत ते दादांशीसुद्धा बोलले. दादांना डॉ.बाबा कवीश्वरांकडून सगळं कळतंच होतं. त्यांनी लगेच त्या सगळ्या विद्यार्थ्यांना मुंबईलाच राहून आम्हाला मदत करण्याची मुभा दिली आणि विद्यार्थ्यांचं नुकसान होऊ नये म्हणून कॉलेजमध्ये त्यांची हजेरी लावण्याचं आश्वासनही दिलं.

काही दिवसानंतर अक्का थोड्या बऱ्या झाल्या. आम्ही त्यांना घेऊन बॉम्बे हॉस्पिटलला गेलो आणि त्यांच्या उर्वरित टेस्ट्स करायला सुरुवात केली. अक्का आणि संजीवनी दोघींचेही ब्लड ग्रुप सारखेच होते AB+ ve. ब्लड, युरीन, एक्स रे अशा टेस्ट्स आधीच झाल्या होत्या. *टिशु मॅचिंग किंवा टायपिंग आणि पायलोग्राफीसाठी*[6] बॉम्बे हॉस्पिटलला जाणं गरजेचं होतं.

टिशू टायपिंगची टेस्ट झाली आणि मला बॉम्बे हॉस्पिटलच्या पॅथालॉजीमधून रिपोर्ट सांगायला सरळ फोनच आला. तिथल्या विभाग प्रमुख बाई स्वतः माझ्याशी बोलत होत्या.

"हॅलो?"

"हां बोला मॅडम, मी डॉ.वडोदकर बोलतो आहे."

"सर, ते मॅडमचे टिशू मॅचिंगचे रिपोर्ट्स आले आहेत. तेच सांगायला फोन केला आहे."

"काय झालं मॅडम? मॅच नाही झालं का?"

"अहो डॉक्टर, १००% मॅच झालं आहे! अगदी *आयडेंटिकल ट्विन्स*[7] चं मॅच होतं तेवढं."

माझा विश्वासच बसेना थोडा वेळ माझ्या कानांवर. अक्कांची किडनी संजीवनीसाठी १००% मॅच होती.

"मॅडम, या दोघींच्या वयात ८ वर्षांचं अंतर आहे. मोठी बहीण लहान बहिणीला किडनी देते आहे."

---

[6] *किडनी किती जुळते हे जाणून घेण्यासाठी या चाचण्या गरजेच्या असतात.*

[7] *या प्रकारच्या जुळ्यांचे genes म्हणजे जनुके देखील अगदी सारखे असतात.*

"हो डॉक्टर, हा खरंच एक चमत्कारच म्हणायला हवा! मी इतकी वर्षं इथे काम करते आहे पण मी आजवर या हॉस्पिटलमध्ये हे घडलेलं पाहिलं नाही म्हणून मी स्वतःच फोन केला."

"निसर्गाची किमया..दुसरं काय बोलणार मॅडम!"

"तेही खरंच आहे डॉक्टर, पण अभिनंदन तुम्हा सर्वांचं. तुम्हाला एक योग्य डोनर मिळाला आहे."

"येस, थँक यु मॅडम."

फोन ठेवून मी थोडावेळ तसाच बसून राहिलो. आधी स्वतःला शांत केलं मग तसाच रूममध्ये जाऊन संजीवनीला सगळं सांगितलं. तिलाही खूपच आश्चर्य वाटलं. सख्खी बहीण म्हणून किडनी मॅच होणार अशी अपेक्षा होतीच पण इतकी होईल असं वाटलं नव्हतं. आम्हा सगळ्यांनाच खूप आनंद झाला.

ही बातमी बॉम्बे हॉस्पिटलच्या पॅथॉलॉजी डिपार्टमेंटमध्ये पसरली. त्यामुळे त्यानंतरच्या टेस्टसाठी जेव्हा अक्का बॉम्बे हॉस्पिटलला गेल्या तेव्हा त्यांना बघायला पॅथालॉजीची पूर्ण टीम आली होती. अक्का संजीवनीपेक्षा ८ वर्ष मोठ्या असून किडनी इतकी कशी जुळली याचंच सगळ्यांना खूप आश्चर्य वाटत होतं.

(डॉ.कृपलानींनी तर या दोघींचे सगळे रिपोर्ट्स त्यांच्या अभ्यासासाठी जपून ठेवले. पुढे त्यांनी सिंगापूरला झालेल्या एका कॉन्फरन्समध्ये या दोघींच्या केसवर एक प्रेझेंटेशन पण दिलं.)

अक्कांच्या सगळ्या टेस्ट्स व्यवस्थित पार पडल्या पण संजीवनीच्या सगळ्या लेव्हल्स नॉर्मलला आल्याशिवाय आणि अक्कांचा पाय बरा झाल्याशिवाय ऑपरेशनची तारीख ठरणार नव्हती. इकडे अक्कांना नीट चालता पण येत नव्हतं. काही दिवसांनी त्या प्रवास करण्याइतपत बऱ्या झाल्या मग ऑपरेशनची तारीख ठरेपर्यंत त्यांना नागपूरला पाठवायचं ठरलं. तिथे त्यांची काळजी घ्यायला या दोघींची सख्खी आत्या होती. त्यांना

नागपूरपर्यंत सोडायला माझा विद्यार्थी मंगेश पंडित गेला होता. पायाला प्लास्टर असल्याने मंगेशने त्यांना घरापर्यंत सोडलं आणि तो परत मुंबईला आला. ही मुलं तिथे आमच्या मदतीसाठी थांबली म्हणून हे सगळं शक्य झालं.

*****

अक्का आणि अमृता गेल्यावर मी आणि संजीवनीच होतो. आमच्यासाठी कॉलनी म्हणजे आमचं घरच असल्यासारखं झालं होतं. खामगांवला असताना मी रोज इस्त्रीचे कपडे आणि त्यावर टाय लावत असे. इथे आल्यापासून मात्र मी कायम साध्याच कपड्यांत असायचो. संजीवनीला हॉस्पिटलला नेतानाच काय तेवढे जरा बरे कपडे असायचे आणि क्वचित टाय पण असायचा. दाढी पण वाढलेली होती. रात्री तर मी निवांत पायजामा किंवा बारीक चौकड्या असलेली किंवा प्लेन लुंगी असंच काहीतरी घालत असे. मी सकाळी सगळं आवरून आमचे दोघांचेही कपडे धूत असे. मग मात्र मला विशेष काही काम नसायचं. मग कॉलनीमध्येच मेडिकलशी संबंधित जी पुस्तकं असायची ती वाचत बसायचो. खामगांवहूनसुद्धा मी बरीच पुस्तकं मागवली होती.

संजीवनीचं एक दोन दिवसांआड डायलिसीस सुरूच होतं. तिथून परत आल्यावर तिला खूप त्रास व्हायचा. कधी डोक्यात तर कधी पोटात कसंतरी व्हायचं. अंग खूप गार पडायचं. हात तर दुखतच असायचा. त्यामुळे ती झोपूनच असायची. माझं सगळं आवरून झालेलं असायचं. मग मी एकटाच बसून असायचो. असं एकटं असताना खूप विचार यायचे डोक्यात. निराशा यायची. काय करावं काही सुचायचं नाही. मुलांची आठवण यायची. मी सुन्न होऊन बसायचो. खूप चिंता वाटायची. मग मी कधीतरी संध्याकाळी एका गणपतीच्या मंदिरात जाऊन येत असे.

नर्सिंग होमपासून माटुंगा स्टेशन अगदीच जवळ होतं आणि स्टेशनजवळच हे मंदिर होतं, अजूनही आहे. सुरुवातीला मी तिथे अधूनमधून

जात असे. अथर्वशीर्ष म्हणत असे. पण नंतर रोजच जायला लागलो. तिथला पुजारी माझ्या ओळखीचा झाला होता त्यामुळे सकाळी आणि संध्याकाळी आरती केव्हा होते हे मला कळलं होतं. मग मी दोन्ही आरतींच्या वेळेला सगळी कामं उरकून त्या मंदिरात जाऊन येत असे. कॉलनीपासून फार फार तर १५-२० मि.पायी चालावं लागायचं.

एकदा असाच एका संध्याकाळी अतिशय विषण्ण मनःस्थितीत मी कॉलनी नर्सिंग होममधून निघालो. कुठे जायचे काही ठरवले नव्हते. पाय नेतील तिकडे जात होतो. डोक्यात विचारांचा कल्लोळ उठलेला होता. मुलांची खूपच आठवण येत होती. असह्य वेदना सहन करणाऱ्या संजीवनीचा चेहरा माझ्या डोळ्यांसमोरून जात नव्हता.

कधी थांबणार हे सगळं? कधी होणार ती पूर्ण बरी? कधी जगणार आपण परत आधीसारखं आयुष्य?

असे सगळे प्रश्न एका पाठोपाठ एक माझ्या डोक्यात येऊन जणू घणाचे घाव घालत होते. डोकं ठणकायला लागलं तरी माझे पाय चालतच होते.

चालता चालता अचानक मी थांबलो. कसं कुणास ठाऊक पण मी त्याच गणपतीच्या मंदिराजवळ आलो होतो. तिथे आजूबाजूला परिसर छान होता. सहसा मंदिरात असतं तसंच प्रसन्न वातावरण तिथेही होतं. गणपतीसमोर एक छोटासा दिवा मिणमिणत होता. कुणीतरी नुकतीच तेलवात लावली होती बहुतेक. तीन चार उदबत्त्याही लावलेल्या होत्या. चंदनाच्या असाव्या. छान सुगंध दरवळला होता हवेत. मी तिथे बाहेरच चप्पल काढली. सवयीप्रमाणे आधी गणपतीचं दर्शन घेतलं. फारच सुरेख मूर्ती होती ती. डोळे तर अगदी जिवंत वाटायचे. त्या मूर्तीकडे बघून मला जरा बरं वाटलं. मी हात जोडून माझे नेहमीचे मंत्र पुटपुटले. मग तिथेच एका बाकावर जाऊन बसलो. खूप विचार येत होते डोक्यात.

डोळे बंद करून हाताची घडी घालून मी मान खाली करून बसलो होतो. कसं करायचं? किती पैसे लागतील? कसे जमा करायचे पैसे?

तेवढ्यात एक छान थंड हवेचा झोत माझ्या अंगावर आला आणि अचानक माझ्या कानात कुणीतरी बोलतं आहे असं मला वाटलं.

"कशाला इतकी चिंता करतोस? सगळं ठीक होईल."

मी जरा गोंधळलो पण तो आवाज इतका शांत आणि आल्हाददायक होता की मला डोळे उघडावेसे वाटले नाही. त्या धीरगंभीर आवाजाने माझ्या डोक्यातले विचार एका क्षणात नाहीसे करून टाकले. मला डोळ्यांसमोर विवेकानंद दिसू लागले. नकळतच माझे हात जोडले गेले. माझे गुरू मला दिसत होते.

"चिंता कशी नको करू? कुठून आणू इतके पैसे? काहीच उरलं नाही माझ्याजवळ. खामगावचं सगळं इथे राहून कसं भागवू? प्रॅक्टिस पूर्ण बंद आहे."

"मग काय झालं? मी अमेरिकेला पोहचलो तेव्हा माझ्याकडे फक्त अर्धा डॉलर होता. तू तरी भारतात आहेस, महाराष्ट्रात आहेस, कशाला पैशांची काळजी करतोस?"

"अगदी बरोबर, पण संजीवनीचा त्राससुद्धा बघवत नाही मला आता."

"हे बघ, तुझ्या पाठीशी सगळे आहेत, तू एकटा नाहीस आणि संजीवनीची काळजी अजित फडकेंसारखे डॉक्टर घेत आहेत. मग कसली काळजी? आणि तू एकदा जरी म्हणालास तरी तुझे विद्यार्थी तुला सहज पैशांची काय, कसलीही मदत करतील. स्वतःवर विश्वास ठेव. मुख्य म्हणजे अशी हिंमत हारू नकोस, मग बघ सगळं कसं ठीक होईल आणि एक नेहमी लक्षात ठेव..

उत्तिष्ठत, जाग्रत, प्राप्य वरान्निबोधत!"

तो आवाज माझ्या कानात, मनात घुमत गेला आणि ते दिसेनासे झाले. मी एकदम डोळे उघडले. अपुरी झोप आणि मनावरचा सततचा ताण यामुळे मला भासच झाला होता. पण माझे हात अजूनही जोडलेलेच होते. माझ्या डोळ्यांतून पाणी वाहू लागलं. माझ्या गुरूंनी स्वतः येऊन मला समजावून

सांगितलं होतं. माझ्या पाठीशी ते आहेत हे मला पटवून दिलं होतं. त्यांचे शब्द माझ्या कानांत अजूनही ऐकू येत होते.

'उत्तिष्ठत, जाग्रत, प्राप्य वरान्निबोधत! (उठ, जागा हो, आणि तुझं ध्येय प्राप्त होईपर्यंत थांबू नकोस.)'

मला माझ्या अंगात एक नवीनच ऊर्जा शिरल्याची जाणीव झाली. माझी सगळी मरगळ गळून पडली होती आणि आता खरंच सगळं छानच होणार आहे याची खात्री वाटू लागली. आता इथून पुढे काही अडचणी येणारच नाहीत, यापेक्षा आता कितीही अडचणी आल्यात तरीही त्यांना सामोरं जायला मी समर्थ आहे असा विश्वास माझ्यात जागा झाला होता. मी डोळ्यातलं पाणी पुसलं, परत एकदा गणपतीला नमस्कार केला. आता यावेळी ती मूर्ती जरा जास्तच प्रसन्न भासली मला. मी ते रूप डोळ्यांत भरून घेतलं आणि एका नव्या उमेदीने परत कॉलनी नर्सिंग होमकडे चालू लागलो.

पायी फिरल्याने जवळपासच्या परिसराची थोडीफार माहिती व्हायला लागली होती. मग मी सगळीकडे पायीच फिरत असे. म्हणून आणखी माहिती व्हायला लागली मुंबईची. चतुर्थीला सिद्धिविनायक गणपतीलापण मी शक्यतोवर पायीच जात असे. चतुर्थीला आमचा उपवास असतो. संजीवनीला हॉस्पिटलचंच जेवण होतं आणि त्यावेळी तिला उपवास करण्याची परवानगी नव्हती. मग कधी कधी मनुवहिनी माझ्यासाठी चतुर्थीला साबुदाण्याची खिचडी पाठवत असत किंवा मी जवळच एका महाराष्ट्रीयन हॉटेलमध्ये जाऊन खिचडी खात असे. मनुवहिनी म्हणजे अजित सरांच्या आई. खरं तर अजित सरांच्या बाबांनी माझ्या आईला आयुष्यभर सख्ख्या बहिणीसारखाच मान दिला होता. म्हणून बाई त्यांना मनुवहिनी म्हणत असे आणि म्हणूनच माझ्याही तोंडात मनुवहिनीच यायचं. मी कधी त्यांना मनुमामी म्हटल्याचं मला आठवत नाही आणि त्यांनीदेखील त्यावर कधी आक्षेप घेतला नाही.

त्यांना तिथे सगळे मनुताई म्हणून ओळखत असत. खूप मोठ्या समाज सेविका होत्या त्या. अजित सर आणि मनुवहिनी समोरच एका फ्लॅटमध्ये राहत असत. त्यामुळे माझं जवळपास रोजच त्यांच्याकडे जाणं होत असे.

अजित सर *नाना पालकर स्मृती समितीचे*[8] अध्यक्ष असल्याने त्यांना भेटायला संघातील बरेच जण येत असत. मीही संघाचा स्वयंसेवक असल्याने माझीसुद्धा त्या लोकांशी भेट होत होती. माझ्या तेव्हाच्या दैनंदिनीमध्ये मी एवढाच काय तो थोडावेळ माझ्या निराशेतून बाहेर पडायचो.

असंच एक दिवशी अचानक कॉलनीमध्ये जरा गडबड सुरू झाली. कुणीतरी मोठी व्यक्ती भरती झाली होती. मी माझं आवरलं आणि म्हटलं बघावं कोण आहे ते. म्हणून रूमच्या बाहेर पडलो तर समोरच्याच दारात जरा गर्दी दिसली. काही लोक चिंतातुर चेहऱ्याने तिथे उभे होते. त्यांच्या कपड्यांवरून सगळे संघाचे वाटत होते. मीही हाडाचा स्वयंसेवक असल्याने माझे पाय आपोआपच तिकडे वळले. त्यातल्या एका व्यक्तीजवळ जाऊन जरा चौकशी केली तर कळलं की बाळासाहेब देवरसांना तिथे भरती केलेलं आहे. त्यांच्या किडनीमध्ये काहीतरी बिघाड झाला होता. मलासुद्धा काळजी वाटली. मग पुढचे २-३ दिवस मी फक्त त्यांच्या खोलीबाहेर जाऊन त्यांची चौकशी करत असे. कारण कुणाला त्यांना भेटण्याची परवानगी नव्हती. त्यांची खोली संजीवनीच्या खोलीच्या अगदी समोरच होती. मध्ये फक्त ४-५ फुटांचा पॅसेज असेल. साधारण २-३ दिवसांनी त्यांना बरं वाटू लागल्याचं

---

8 *नाना पालकर स्मृती समिति ही नारायण हरी पालकर यांच्या स्मृतिप्रीत्यर्थ स्थापन केलेली एक मोठी संस्था आहे. परळला त्याची १० मजली इमारत आहे. संघ स्वयंसेवक किंवा त्यांचे कुटुंबीय यांना जर का मुंबईला उपचारासाठी यावं लागलं आणि त्यांची इतर कुठेच सोय नसेल तर त्यांची राहण्याची सोय, योग्य मार्गदर्शन हे सगळं ही संस्था कमीकमी खर्चात करते. डॉ.अजित फडके संघ स्वयंसेवक असल्याने या संस्थेशी अनेक कारणांनी त्यांनी स्वतःला जोडलेलं होतं. त्यावेळी डॉ.परळकर तिथलं सगळं काम बघायचे.*

कळताच मी अजित सरांची परवानगी घेऊन त्यांना भेटायला गेलो. नाना पालकर स्मृती समितीचे प्रमुख डॉ.परळकर देखील तिथेच बसले होते.

समोरच बेडवर पांढऱ्याशुभ्र कपड्यांमध्ये झोपलेले बाळासाहेब दिसले. त्यांचा चेहरा थोडा थकलेला दिसत होता. मी जरा घाबरतच माझी ओळख करून दिली. मला वाटलं होतं त्यांना बरं नसेल वाटत तर तिथे फार वेळ बसणं योग्य नाही. पण मला बाळासाहेबांनी आश्चर्याचा धक्काच दिला. अतिशय उत्साहाने ते माझ्याशी बोलू लागले. म्हणजे त्यांचं फक्त शरीरच थकलं होतं. मनाने अजूनही ते पूर्वीसारखेच उत्साही होते. मग आम्ही थोडावेळ गप्पा केल्या. मग त्यातच मी इथे कसा...वगैरे माहिती त्यांना सांगितली.

त्यांना संजीवनीबद्दल कळताच ते लगेच डॉ.परळकरांकडे वळून म्हणाले,

"संजीवनी इथे आहे हे मला का नाही कळवलं?"

तेव्हा डॉ.परळकर म्हणाले,

"हो..त्याचं काय झालं, समितीच्या इमारतीत आहेत तेवढ्या सगळ्या रुग्णांचा अहवाल मी पाठवला पण वहिनी इथे भरती असल्याची मला कल्पना नव्हती. पण इथून पुढे तुम्हाला त्यांचाही अहवाल दर आठवड्याला नक्की मिळेल."

मी हे सर्व ऐकून थक्कच झालो. संघाची एवढी मोठी व्यक्ती आपल्याबद्दल, संजीवनीबद्दल इतक्या आपुलकीने चौकशी करते आहे ही खूप मोठी गोष्ट होती माझ्यासाठी. मला परत एकदा आपण संघाचा एक भाग असल्याचा अभिमान वाटला. किती निःस्वार्थीपणे संघ सगळ्यांची काळजी घेतो. सगळ्यांना सामावून घेतो.

मी त्यांना नमस्कार केला, 'तब्येतीची काळजी घ्या' म्हणालो आणि तिथून निघालो. तेवढ्यात डॉ.परळकर माझ्या मागून आलेच. देवरसांनीच त्यांना संजीवनीची चौकशी करायला पाठवलं होतं.

"डॉक्टर, मी जरा वहिनींना भेटू शकतो का?"

"हो, का नाही? या ना!"

माझ्या मागोमाग डॉ.परळकर खोलीत आले. संजीवनी झोपूनच होती. तिने झोपल्या झोपल्याच परळकरांना नमस्कार केला.

"नमस्कार वहिनी, काय म्हणता? कशा आहात?"

"ठीक. आता पहिल्यापेक्षा जरा बरं वाटतं आहे."

"वहिनी, मला माफ करा. मला कल्पना नव्हती की तुम्ही इथे भरती आहात. नाहीतर मी याआधीच तुम्हाला भेटायला आलो असतो."

"अहो, त्याचं काही एवढं वाटून घेऊ नका. तुम्ही इथवर मला भेटायला आलात हीच खरं तर खूप मोठी गोष्ट आहे आमच्यासाठी."

"तसं नाही वहिनी, आपल्या संस्थेचा अहवाल दर आठवड्याला नागपूरला पाठवल्या जातो. त्यात तुमची माहिती नसल्याने मला स्वतः बाळासाहेबांनी तुमची चौकशी करायला पाठवलं आहे."

"त्यांचे खरंच खूप आभार! एवढी मोठी व्यक्ती माझी चौकशी करते आहे अजून काय पाहिजे? मी स्वतः उठून त्यांना भेटू शकत नाही. पण माझा नमस्कार नक्की सांगा त्यांना. त्यांचा आशीर्वाद असाच कायम आमच्या पाठीशी असू देत."

"तुमचा निरोप मी नक्की सांगेन त्यांना. तुम्ही आराम करा. मी येतो. नमस्कार."

आणि ते निघून गेले.

पण त्यानंतर ते जवळपास रोज येऊन संजीवनीला भेटून जात असत. बाळासाहेब तिथे ५-६ दिवस होते. मी शक्य तेव्हा त्यांना भेटून येत असे. माझे काही विद्यार्थीही त्यांना भेटले. बाळासाहेब या मुलांशी अगदी छान बोलले. माझ्या विद्यार्थ्यांना याचंच फार अप्रूप वाटत होतं की एवढा मोठा माणूस आपल्याशी किती नम्रपणे बोलला. काही दिवसांनी बाळासाहेब बरे झाले आणि नागपूरला निघून गेले. त्यानंतर कांबळे, नारायणराव भिडे, प्रमोद

नवलकर हे सगळे संजीवनीला भेटून गेलेत. नारायणराव भिडे त्यावेळी परदेशात जे संघाचे कार्य चालायचे त्याचे प्रमुख होते. त्यावेळचे अ.भा.वि.प.(अखिल भारतीय विद्यार्थी परिषद) चे अध्यक्षही एकदा संजीवनीला भेटून गेले होते. तोवर सगळ्यांना तिच्याबद्दल कळलं होतं. अजित सरांकडे कुणी संघाचा माणूस आला की तो संजीवनीला भेटल्याशिवाय जात नसे.

******

असेच दिवस पुढे जात होते. ऑगस्ट महिना सुरू झाला होता. आता हळूहळू संजीवनीला चालता यायला लागलं होतं. तिची कामं ती स्वतः करू शकायची पण तिच्या लेव्हल्स म्हणाव्या तितक्या नॉर्मलला आल्या नव्हत्या. त्यामुळे डायलिसीस सुरूच ठेवायचं होतं. पण माझ्याजवळचे पैसे संपत आले होते. संजीवनीच्या ऑपरेशनसाठी लागणाऱ्या पैशांची सोय करायची होती. त्यामुळे मी खामगांवला जाऊन यायचं ठरवलं. मी नसताना संजीवनीजवळ कुणीतरी हवं म्हणून राजूला फोन करून मुंबईला बोलावून घेतलं. संजीवनीचं डायलिसीस झालं की त्याच रात्रीच्या गाडीने मी निघणार होतो. डायलिसीस झालं, आम्ही कॉलनीला येऊन पोहचलो आणि माझी तयारी बघून संजीवनीला पण माझ्याबरोबर येण्याची इच्छा होऊ लागली.

"अहो....."

"हम्म..बोल."

"मी पण येऊ का तुमच्यासोबत?"

"काय? तुला नाही येता येणार गं. डायलिसीस कसं थांबवणार आपण? म्हणून तर राजू आला ना इथे."

"दोन अडीच महिने झालेत हो...मुलांना बघितलं नाही, त्यांच्याशी बोलले देखील नाही मी. खूप आठवण येते आहे हो त्यांची."

संजीवनी अगदी आशेने माझ्याकडे बघत म्हणाली.

"अगं पण…"

"तुम्ही बघा ना विचारून अजित सर आणि डॉ.कृपलानींना. ते हो म्हणालेत तर मी पण येते तुमच्याबरोबर लगेच. आता मला बरं वाटायला लागलं आहे म्हटल्यावर ते लवकरच ऑपरेशनची तारीख देतील. मला त्याआधी मुलांना बघायचं आहे हो एकदा."

संजीवनी म्हणत होती ते खरंच होतं. जवळपास अडीच महिने झाले होते आम्ही दोघेही मुलांना भेटलो नव्हतो. मुलांची खूप आठवण येत होती.

मग मी लगेच जाऊन अजित सरांशी बोललो.

ते म्हणाले,

"का नाही? जरूर जा, पण लवकर परत या. आपण फार दिवस डायलिसीस शिवाय राहू शकत नाही, ते धोकादायक ठरू शकेल. कारण आता संजीवनीच्या लेव्हल्स बऱ्यापैकी नॉर्मलला येत आहेत. त्या लवकरच आपल्याला हव्या तशा येतील तेव्हा तुम्ही डायलिसीस न चुकवणंच योग्य राहील."

आम्हाला ते पटलं. जवळजवळ दोन अडीच महिन्यांनी आम्ही खामगांवला परत येणार होतो. खामगांव सोडलं तेव्हा खरं तर काही दिवस बाहेर रहावं लागेल याची पुसटशी कल्पना होतीच. पण कल्पना असणं आणि प्रत्यक्षात ते घडणं यात खूप फरक असतो. अजित सरांनी आम्हाला २-३ दिवसांची मुदत दिली होती. खरं तर मुलांबरोबर इतक्या दिवसांनी केवळ २-३ दिवस पुरेसे नव्हतेच पण निदान तेवढा तरी वेळ मिळेल यातच आम्ही खूष होतो.

डायलिसीस झाल्यावर संजीवनीला खूप त्रास व्हायचा. पण घरी जाण्याची ओढ त्यापेक्षा जास्त होती. मग आयत्या वेळी कशीतरी दोन तिकिटांची सोय केली. तयार होऊन आम्ही खाली आलो. संजीवनीला आता उचलून न्यावे लागत नव्हते. हळूहळू का होईना ती चालू लागली होती. आम्हाला अतुलने स्टेशनवर सोडलं. खरं तर मुलांसाठी काहीतरी वस्तू न्यावी असं आम्हा दोघांनाही खूप वाटत होतं पण तेवढे पैसे नसल्याने मी

स्टेशनवरच दिपूसाठी चंपक आणि ठकठक घेतलं. समीर आणि सोनाली तसे मोठे असल्याने त्यांना खामगांवला जाऊन काहीतरी घेऊ असा विचार केला.

गाडीत बसल्यावर आम्हाला खूप ताजंतवानं वाटत होतं. घरी जाण्याचा उत्साह दोघांच्याही चेहऱ्यावर दिसत होता. आम्ही येणार हे सगळ्यांना कळलं होतं. आम्ही पोहचलो तेव्हा दिपू झोपलेलीच होती. समीर आणि सोनू लगेच बाहेर आले. सोनूने संजीवनीचा हात धरून तिला आत नेलं. मला ते बघून वाटलं, खरंच मुलं किती लवकर मोठी होतात. इतक्या कमी वयात आमच्या मुलांवर आईबाबांशिवाय इतके दिवस राहण्याची वेळ आली होती. जरी ते त्यांच्या घरी आणि त्यांच्या लोकांबरोबरच होते तरीही आईबाबा ते आईबाबाच.

थोड्या वेळाने दिपू उठली आणि आम्ही आलो आहे हे तिला कळताच आम्हाला शोधत घरभर धावली. तिला मी दिसताच पळत येऊन मला बिलगली. किती सुख होतं त्या स्पर्शात काय सांगू! कित्येक दिवस तिला बघितलं नव्हतं, बोललो नव्हतो. कशी झोपत असेल ही तिच्या उशीशिवाय? माझा कित्येक दिवसांचा ताण तिच्या त्या मिठीत विरून गेला. एक नवीन ताकद मिळाली. मरगळलेल्या मनाला खूप उभारी मिळाली आणि मी परत लढायला तयार झालो.

"नाना, माझ्यासाठी काय आणलं?"

दिपूच्या प्रश्नाने मी माझ्या विचारांतून बाहेर आलो. माझ्या अपेक्षेप्रमाणे आणि तिच्या वयाप्रमाणे तिने प्रश्न विचारला होता. मी तिला लगेच तिच्यासाठी घेतलेली पुस्तकं काढून दिली. दिपू खूप खूष झाली.

"नाना, आई कुठे आहे?"

"आई आंघोळीला गेली आहे."

"नाना…"

"ओ बेटा.."

"आई बरी झाली ना आता? आता तुम्ही परत नाही ना जाणार?"

"........."

"सांगा ना नाना..!"

तेवढ्यात संजीवनी बाहेर आली आणि दिपू तिच्याकडे पळाली. इतकी लहान मुलं इतके कठीण प्रश्न कसे काय विचारू शकतात कोण जाणे.

पुढचे दोन तीन दिवस बँकेची आणि घराची इतर कामे करण्यात कसे निघून गेले कळलंही नाही. शिवाय संजीवनीला भेटायला येणारेही खूपच होते. आमचा परत जायचा दिवस जवळ आला. आदल्या दिवशी संध्याकाळपासूनच आभाळ खूप भरून आलं होतं. पाऊस कधीही सुरू झाला असता. मलासुद्धा काहीसं तसंच वाटत होतं, मनावर मळभ आल्यासारखं!

मी आमच्या हॉलमध्येच खाली बसून बॅग भरायला सुरुवात केली.

"नाना... तुम्ही परत जाणार..??"

मी मागे वळून पाहिलं. छोटीशी दिपू दाराला लावलेल्या पडद्यामागून तिचं एवढंसं तोंड तेवढं बाहेर काढून विचारत होती. तिच्या डोळ्यांत मी 'नाही' म्हणेन अशी अपेक्षा आणि 'हो' म्हणेन अशी भीती एकाचवेळी दिसत होती मला. तिचे डोळे तर इतके भरले होते की कुठल्याही क्षणी त्यातून पाणी बाहेर पडलं असतं. मी खुणेनेच तिला जवळ बोलावलं. ती पळतच आली. मी तिला मांडीवर बसवलं.

ती माझ्याकडे बघतच नव्हती. तिचं सगळं लक्ष माझ्यासमोरच्या बॅगेकडे होतं. मी ती बॅग तात्पुरती बंद केली.

"काय झालं दिपू?"

"मला माहीत आहे तुम्ही परत जात आहात. आई बरी नाही झाली अजून?"

"नाही बेटा, अजून थोडा वेळ आहे. आत्ता कुठे डॉक्टरांना कळलं आहे की आपल्या आईला नेमकं काय झालं आहे ते."

"काय झालं आहे तिला?"

आता कसं समजावून सांगावं हिला?

“त्याचं काय आहे, आपल्या सगळयांच्या पोटात किनई एक पिशवी असते. आपल्या आईच्या पोटातल्या त्या पिशवीत खूप कचरा भरला आहे. मुंबईचे डॉक्टर तिच्या त्या पिशवीतला कचरा काढून टाकतील आणि मग तिला घरी पाठवतील.”

“पण मग तुम्ही पण तर डॉक्टर आहात. तुम्हीच का नाही काढत तिच्या त्या पिशवीतला कचरा?”

“बरोबर आहे बेटा, पण आपल्याकडे ते सगळं ऑपरेशनचं सामान नाही ना!”

“ह्म्म्..पण मग इतका वेळ का लागतो ती पिशवी स्वच्छ करायला?”

“मग? ते डॉक्टर काही तेवढंच करत नाही आहेत, ते आईला छान छान पदार्थ बनवायला शिकवत आहेत. त्यांना कळलं आहे ना की इथे एक छोटीशी दिपू तिची वाट पाहते आहे. मग ते सगळं शिकवूनच पाठवणार आहेत आईला. म्हणजे आई इथे आली की तुला छान छान पदार्थ करून खाऊ घालेल.”

दिपूचे डोळे चमकू लागले.

“आईला आईसक्रीम पण शिकवणार ते?”

“हो! का नाही?”

“अरे वा, मग त्या डॉक्टरांना आणखी एक सांगा. त्यांना म्हणावं की आईची जुनी पिशवी काढूनच टाका आणि दुसरी छान नवीनच लावा आणि अशी लावा की परत त्यात कचरा भरला नाही पाहिजे! आणि जे काय शिकवत आहेत ते लवकर लवकर शिकवून आईला लवकर लवकर परत पाठवा.”

किती थोडक्यात दिपूने सगळा प्रश्नच सोडवला होता!

“नक्की सांगतो हां. मग आता मी बॅग भरू?”

“होss…”

दिपू अतिशय खूष होऊन नाचत नाचतच आतल्या खोलीत निघून गेली. मग मी डोळ्यातलं पाणी पुसलं आणि परत बॅग भरायला सुरुवात केली.

दुसऱ्या दिवशी सेवाग्रामने निघायचं होतं. सगळं आवरून आम्ही झोपलो. दिपू नेहमीप्रमाणे माझ्या हाताची उशी करून झोपली होती आणि परत एकदा मला तिचं ते निरागस हसू दिसलं. तिला स्वप्नात तिची आई तिला आईसक्रीम करून देताना दिसत असेल. माझ्या ओठांवर हसू आणि डोळ्यांत पाणी दोन्ही एकाच वेळी आलं. पण यावेळी जाताना मी खूप खंबीर बनून जायचं ठरवलं होतं. तेवढ्यात ढगांचा जोरदार गडगडाट झाला आणि पाऊस सुरू झाला.

दुसरा दिवस उजाडला तरी पाऊस थांबायचं नाव घेत नव्हता. आज सकाळपासूनच दिपूला खूप ताप आला होता. आम्हा दोघांनाही खूप काळजी वाटत होती. आमच्या गाडीची वेळ होत आली होती. आमची तयारी बघून दिपू रडायला लागली. संध्याकाळ झाली तरी तिचा ताप उतरतच नव्हता.

मग मी उमेशला म्हटलं,

“हिला घेऊन आधी विजयकडे जा आणि रक्त तपासून घे.”

उमेश तिला घेऊन गेला. तापाने फणफणलेली दिपू अतिशय मलूल झाली होती. मला खात्री होती त्याप्रमाणे ती तिथेही खूप रडली. घरी आली तरी रडतच होती. आमचा जीव खालीवर व्हायला लागला होता. तिचं रडणं आणि पाऊस दोन्हीही थांबत नव्हतं.

शेवटी मी छत्री घेतली आणि रिक्षा आणायला निघालो. तोवर उमेशने आमच्या बॅग्ज दाराजवळ आणून ठेवल्या. दिपूला पण आमच्याबरोबर यायचं होतं. मी रिक्षा घेऊन आलो तर ती जास्तच रडायला लागली.

“नानाऽऽ मी पण येते ना तुमच्याबरोबर. मला पण न्या ना.”

“तुझं तिकीट नाही काढलं बेटा. आम्ही लवकर येतो परत..”

"आईss"

"रडू नाही बेटा असं. आम्ही लवकर येतो हं."

"आई, मला आईस्क्रीम नको आणि काही नको. मला तुझ्याबरोबर यायचंयss."

आमचा दोघांचाही धीर सुटत चालला होता. दिपालीला इतकं रडताना बघवत नव्हतं. पण मग सिंधूबाईंनी तिला जवळ घेतलं आणि आत घेऊन गेल्या. आम्ही लगेच रिक्षात बसलो आणि निघालो. थोडं दूर गेलो तर दुरूनच दिपूच्या रडण्याचा आवाज ऐकू आला. मी डोकं बाहेर काढून घराच्या दिशेने बघितलं. दिपू खिडकी उघडून हात बाहेर काढून आमच्या रिक्षेकडे बघत रडत होती. ते बघून माझ्या डोळ्यांतून पण पाणी वाहू लागलं. पण पावसाच्या पाण्यात ते मिसळून गेलं. आत बघितलं तर संजीवनीची देखील तीच अवस्था होती.

आम्ही गाडीत बसलो पण पाऊस काही थांबायचं नाव घेत नव्हता. मुंबईजवळ येईपर्यंत गाडी खूपच थांबत थांबत जात होती. आम्हाला डायलिसीसची वेळ गाठणं खूप गरजेचं होतं. त्यामुळे जशी गाडी मुंबईच्या आसपास आली आणि थांबली तसं आम्ही गाडीतून उतरलो आणि टॅक्सी करून मुंबईला आलो. पण पोहचेपर्यंत खूप उशीर झाला होता. त्यामुळे त्यादिवशी डायलिसीससाठी जाणं शक्य नव्हतं. त्यामुळे पहिल्यांदाच संजीवनीच्या दोन डायलिसीसच्या मध्ये ३-४ दिवसांचं अंतर पडलं होतं. पण सुदैवाने त्याचा तिच्या तब्येतीवर काहीही परिणाम झाला नाही.

******

खामगांवच्या त्या २-३ दिवसांच्या मुक्कामानेही आमची मरगळ निघून गेली होती आणि संजीवनीसुद्धा आता पुष्कळ बरी झाली होती. आता ती माझ्यावर फारशी अवलंबून नव्हती. तिचं ती सगळं करू शकत होती. पण अजूनही अजित सरांनी ऑपरेशनची तारीख दिली नव्हती.

त्यामुळे माझ्या विद्यार्थ्यांना कळत नव्हतं की आता डोनर तयार आहे, मॅडम सगळं करत आहेत तर डॉक्टर ऑपरेशन का करत नाहीत? ते सगळे एकमेकांत सतत हीच चर्चा करत असत. त्यावेळी त्यांना माहीत नव्हतं की ऑपरेशनच्या आधी पेशंट तब्येतीच्या दृष्टीने तेवढा स्थिर व्हायला हवा असतो. डोनर असला तरी असं ताबडतोब ऑपरेशन करता येत नाही. आधीच जर का ऑपरेशन केलं तर त्या ऑपरेशनचेच दुष्परिणाम होऊ शकतात. एकदा त्यांची अशी हिरिरीने सुरू असलेली चर्चा डॉ.उमेश ओझांनी ऐकली आणि त्यांनी त्या मुलांना बोलावून घेतलं. सगळी मुलं आल्यावर ते म्हणाले,

"हे बघा, तुम्हा सगळ्यांचा प्रश्न अगदी योग्य आहे पण ऑपरेशन लगेच का करत नाही आहोत याचं उत्तर मी देतो तुम्हाला. त्या मॅडम जेव्हा इथे आल्या तेव्हा त्यांचं क्रिएटीनीन १९ होतं. डायलिसीस जरी केलं तरी ते एकदम खाली आणता येत नाही. हळू हळू आणावं लागतं. आधी १५ मग ११ मग नॉर्मलला आल्यावर ऑपरेशन. मी तर म्हणेन की या अवस्थेत त्या नागपूरहून मुंबईपर्यंत येऊ शकल्यात हाही एक चमत्कारच आहे."

तेव्हा कुठे सगळे विद्यार्थी शांत झाले.

खामगांवहून आल्यापासून कॉलनी नर्सिंग होमला आम्ही दोघेच होतो. म्हणजे अक्का, अमृता कुणीच नव्हतं. त्यामुळे अजित सर एक दिवशी आम्हाला म्हणाले,

"संजीवनी आता बऱ्यापैकी सगळं करू शकते आहे. त्यामुळे तुम्हाला आता तशी इथे राहण्याची गरज नाही आणि आता असेही तुम्ही दोघेच आहात. माझा अँटॉप हिलचा फ्लॅट रिकामाच आहे. तुम्ही तिथे जाऊन राहू शकता. तिथून रहेजाला जायला डायरेक्ट बस आहे त्यामुळे तिथून जाणं येणं जास्त सोपं पडेल तुम्हाला."

आम्हाला ते पटलं. आम्ही त्या अँटॉप हिलच्या फ्लॅटमध्ये शिफ्ट व्हायचं ठरवलं.

पण जाण्यापूर्वी मला बँकेतून पैसे काढायचे होते. कॉलनीच्या जवळच बँक ऑफ महाराष्ट्र होती. माझं तिथे खातं असल्याने तिथे जाऊन पैसे काढणं मला सोपं होतं.

मी माझ्या नेहमीच्या सवयीप्रमाणे सकाळचं सगळं आवरून बँकेत जायला निघालो. म्हणजे बँकेत थोडा उशीर झाला तरी चिंता नव्हती. तिथे पोहचलो तर बरीच गर्दी दिसली. मी पैसे काढण्यासाठी टोकन घेतलं आणि माझा नंबर येण्याची वाट पाहत तिथेच एका बाकावर बसलो. माझ्या शेजारीच एक मनुष्य बसला होता. तोदेखील त्याच्या नंबरची वाट पाहत होता. मला फार वेळ शांत बसवत नाही. त्यामुळे मी त्याच्याशी बोलायला सुरुवात केली.

"आज बँकेत खूप गर्दी आहे. नाही?"

"हो. आता गणपतीमुळे असतेच गर्दी. तुम्ही नेहमी येता का इथे? पण आधी कधी पाहिल्याचं आठवत नाही तुम्हाला!"

नेमका तोही माझ्यासारखाच बोलका होता.

"नाही. मी मुंबईत नवीन आहे. तसा येतो मी कधी कधी पैसे काढायचे असतील तर इथे. माझ्या बायकोला इथे जवळच कॉलनी नर्सिंग होमला भरती केलेलं आहे. ही बँक जवळ असल्याने इथेच येतो मग."

"ओह..काय झालं आहे त्यांना?"

"तिच्या दोन्ही किडनीज फेल झाल्या आहेत. डॉ.अजित फडके तिच्यावर उपचार करत आहेत. तिला दुसरी किडनी बसवायला लागणार आहे."

"बापरे, मग डोनर मिळाला नाही का?"

"मिळाला ना, तिची मोठी बहीणच देते आहे किडनी. पण त्याचं काय झालं की ......"

आणि मी त्याला थोडक्यात सगळं सांगितलं. तोदेखील एखाद्या मित्रासारखा माझं सगळं ऐकून मला धीर देत होता.

"डॉक्टर, काही काळजी करू नका. सगळं ठीक होईल."

सगळं ऐकून झाल्यावर त्याने मला एक शेर ऐकवला.

"डॉक्टर, तुम्हाला एक शेर ऐकवतो. कधी जर का मन उदास झालं तर हा शेर लक्षात ठेवा.

फ़ानूस बनके जिसकी हिफ़ाज़त हवा करे,

वो शमा क्या बुझे, जिसे रोशन ख़ुदा करे '''

मला त्यावेळी पूर्ण शेर कळला नाही पण दुसरं वाक्य माझ्या मनाला खूप भिडलं. मी त्याला लगेच *फ़ानूस* चा अर्थ विचारला. त्याने मला खूप छान समजावून सांगितलं.

तो म्हणाला,

"*फ़ानूस* म्हणजे ढाल किंवा कंदीलाला लावतो ती काच. जी आतल्या ज्योतीचं रक्षण करते."

त्या शेरचा पूर्ण अर्थ माझ्या लक्षात आल्यावर माझ्या अंगावर अक्षरशः काटा आला. अतिशय प्रेरणादायी असा तो शेर वाटला मला. म्हणजे

'जी ज्योत स्वतः देवाने पेटवली आहे तिचं रक्षण हवाच करते. त्यामुळे तिला कुणीही विझवू शकत नाही.'

मी परत परत मनातल्या मनात तो शेर म्हणत होतो. एक वेगळीच ऊर्जा मिळत होती मला दरवेळी. तेवढ्यात माझा नंबर आला. मी त्या माणसाचे खूप खूप आभार मानले मला इतकी हिंमत दिल्याबद्दल. मी परत आलो तोवर तो निघून गेला होता.

******

आम्ही अँटॉप हिलला रहायला आलो तेव्हा पावसाळा सुरूच होता. या फ्लॅटमध्ये आल्याने आमचे बरेच प्रश्न मिटले होते. रहेजाला जाणं येणं फारच सोपं झालं होतं आणि संजीवनी आता चालू शकत असल्याने विद्यार्थ्यांना गाडी घेऊन यावी लागत नसे. पण तिथे फोन नव्हता. त्यामुळे विद्यार्थ्यांशी संपर्क करणं थोडं कठीण झालं होतं.

इथेदेखील संजीवनीचं जेवण कॉलनीतून यायचं पण ते इथपर्यंत यायला खूप उशीर व्हायचा म्हणून अजित सर मला म्हणाले की तुम्हीच येऊन डबा घेऊन जात जा. अँटॉप हिल ते कॉलनीपर्यंत बसचं तिकीट अगदीच कमी होतं त्यामुळे मी रोज जाऊन संजीवनीचा दोन्ही वेळचा डबा आणत असे. येताना एका खाणावळीतून माझ्यासाठी फक्त पोळ्या आणत असे आणि भाजी आमटी संजीवनीच्या डब्यातून उरलेली घेत असे.

अँटॉप हिलला गेल्याने आणखी एक फायदा असा झाला होता की कॉलनीत रोज दिसणारी आजारी माणसं इथे दिसत नव्हती. त्यामुळे सतत आजारपणाचे विचार डोक्यात येणं बंद झालं. तिथे आमची वेगळी दिनचर्या सुरू झाली. तिथे आमच्याबरोबर नाईक म्हणून अजित सरांचा ड्राइवर आणि त्यांची बायको रहायचे. ते तिथे केअरटेकर म्हणून राहत असत. तेच आमच्यासाठी चहा करून देत असत. इकडे आल्यापासून विद्यार्थ्यांशी होणारा रोजचा संपर्क थोडा कमी झाला होता. सगळ्यांना अँटॉप हिल जरा दूरच होतं म्हणून सरळ डायलिसीसच्या वेळीच भेट व्हायची.

उरलेला ऑगस्ट महिना आम्ही तिथेच होतो. शेवटच्या आठवड्यात समीरचा वाढदिवस झाला तेव्हा आम्हा दोघांनाही त्याची खूप आठवण आली. मी जाऊन खामगांवला फोन करून आलो. अगदी ५ मिनिटं बोलणं झालं समीरशी, पण खूप छान वाटलं. संजीवनीला मात्र तेवढंही बोलता नाही आलं.

असेच दिवस पुढे जात होते. दर डायलिसीसच्या वेळी संजीवनीच्या टेस्ट्स करून तिच्या लेव्हल्स तपासल्या जायच्या. या मधल्या काळात तिला २-३ वेळा रक्तही द्यावं लागलं. किडनीचं कार्य बंद झालं की अनेमिया होतो म्हणजे रक्तातील हिमोग्लोबिन नावाचा महत्त्वाचा घटक कमी होतो. त्यामुळे पेशंटला काही वेळा रक्त द्यावं लागतं. पण त्यावेळी रक्तपेढीला मोबदला म्हणून परत रक्त द्यावं लागायचं. मग मी आणि माझ्या विद्यार्थ्यांनी तिथे रक्त दिलं होतं.

ऑपरेशनसाठी योग्य अशा लेव्हल्स आल्याशिवाय ऑपरेशन करणं शक्य नव्हतं. सप्टेंबर महिना सुरू होऊन आठवडा झाला होता. दिपूचा सहावा वाढदिवस जवळ आला. यावर्षी तिघांच्याही वाढदिवसाला आम्ही त्यांच्याजवळ नव्हतो. आम्ही दोघेही थोडे उदासच होतो. पण नेमक्या त्याच आठवड्यात संजीवनीच्या लेव्हल्स हव्या तशा आल्या. आम्हाला खूप आनंद झाला. आता ऑपरेशन लवकरच होईल अशी खात्री वाटू लागली. त्या आठवड्यातल्या शेवटच्या डायलिसीसनंतर डॉ.कृपलानींनी आम्हाला त्यांच्या केबिनमध्ये बोलावलं आणि म्हणाले,

"डॉक्टर, आता आपल्याला ऑपरेशन करायला हरकत नाही. तुम्ही डोनरला बोलवून घ्या. डॉ.फडके आणि आपण मिळून ऑपरेशनची तारीख ठरवू."

"चालेल डॉक्टर, मी लगेच अक्कांना इथे बोलवून घेतो. थँक यु."

"पण आपल्याला ऑपरेशनच्या आधी एक डायलिसीस करावंच लागेल. त्यामुळे तुम्हाला आदल्या दिवशी सकाळीच इथे ऍडमिट व्हावे लागेल."

"चालेल. काहीच हरकत नाही."

मग डॉ.कृपलानी आणि अजित सरांच्या एकमताने ऑपरेशनची तारीख ठरली २८ सप्टेंबर!

मग अक्कांना तसं कळवलं. माझा विद्यार्थी उपेंद्र जोशी त्यांना आणायला नागपूरला गेला. अक्का आणि जयंतराव २४ तारखेला सकाळी मुंबईला पोहचले. दोघेही अँटॉप हिललाच आमच्या बरोबर राहत होते आणि दुसऱ्याच दिवशी प्रमोद पण १५-२० दिवस सुटी घेऊन आला.

इकडून सुरेखा आणि किशोर पण आले. खरं तर सुरेखाचं नवीनच लग्न झालं होतं पण सगळं मनापासून करत होती ती. अण्णा आधी खामगांवहून नागपूरला गेले. तिथे श्री.बावसे म्हणून त्यांचे मित्र होते. त्यांच्याबरोबर ते २७

सप्टेंबरला मुंबईला येणार होते. बावसेंची मुलगी असायची मुंबईला. तिच्याकडेच उतरणार होते ते.

२४ तारखेला दुपारी मी आणि गंडभीर ऑपरेशनच्या आधीच्या काही प्रक्रिया पूर्ण करण्यासाठी बॉम्बे हॉस्पिटलला गेलो होतो. तिथे आम्हाला औषधांची एक यादी दिली गेली. आम्हाला ती सगळी औषधं आणून हॉस्पिटलला जमा करायची होती. ती औषधं जमा झाल्याशिवाय प्रक्रिया पूर्ण होणार नव्हती. आम्ही दोघे एका फार्मसीत गेलो. तिथे बाकीची सगळी औषधं मिळाली पण एक औषध त्यांच्याकडे उपलब्ध नव्हतं. आता काय करावं?

त्याच फार्मसीमध्ये आम्हाला कळलं की ते औषध जवळपास कुठेही मिळणार नाही. पण प्रक्रिया तर आजच पूर्ण व्हायला हवी होती. एक तर अजित सरांची तारीख मिळणं हे कठीण होतं त्यात ते ऑपरेशनही कठीणच. नेमकं ते औषध कुठेही उपलब्ध नव्हतं. मग कळलं की ते फक्त हिंदुजा हॉस्पिटलला मिळेल. त्यावेळी गंडभीरची बायको त्याच हॉस्पिटलला असिस्टंट डायरेक्टर ऑफ नर्सिंग म्हणून काम करायची. गंडभीरने लगेच तिला फोन लावून त्यांच्या फार्मसीमध्ये ते औषध आहे का विचारायला सांगितलं. पाचच मिनिटांत तिचा परत फोन आला आणि त्यांच्याकडे ते औषध असल्याचं तिने सांगितलं. मग गंडभीर लगेच तिथे जाऊन ते औषध घेऊन आला. औषध जमा झालं आणि ती प्रक्रिया पूर्ण झाली. आता आम्ही २८ तारखेसाठी पूर्णपणे तयार होतो. पण त्याच दिवशी अजित सरांचा फोन आला.

"डॉक्टर, सुधाताई पोचल्यात ना रे मुंबईत?"

"हो सर, आजच सकाळी."

"पाय बरा आहे ना त्यांचा? प्रवासात काही त्रास नाही ना झाला?"

"नाही सर, काहीच त्रास नाही. त्यांची तब्येत आणि पाय दोन्ही अगदी उत्तम आहे."

"अरे वा, छान. मी काय म्हणतो, परवा म्हणजे २६ तारखेला मला एक ऑपरेशन करायचं होतं पण डोनरने आयत्या वेळी नकार दिल्यामुळे ते रद्द झालं आहे. तर संजीवनीचं ऑपरेशन २८ च्या ऐवजी २६ ला केलं तर चालेल का तुला?"

"माझी काही हरकत नाही सर, पण मी या २ दिवसांत जरा पैशांची सोय करणार होतो."

"अरे, तू पैशांची काहीच काळजी करू नकोस. सध्या फक्त ऑपरेशन थिएटरचे पैसे भर. साधारण ५०००/- होतील त्याचे. इतर खर्चाचं आपण सगळ्यात शेवटी हॉस्पिटलच्या बिलामध्ये बघू काय करायचं ते."

"ओके, मग काहीच हरकत नाही सर. मी सांगतो संजीवनीला आणि अक्कांना तसं."

"चालेल. त्या दोघींना उद्याच बॉम्बे हॉस्पिटलला भरती व्हावं लागेल. संजीवनीचं एक डायलिसीस करावं लागेल आणि अक्कांच्या पण काही तपासण्या कराव्या लागतील ऑपरेशनच्या आधी."

"चालेल सर. काहीच हरकत नाही. आम्ही येतो उद्या बॉम्बे हॉस्पिटलला."

"ओके. भेटू मग उद्या."

******

२५ सप्टेंबर म्हणजे ऑपरेशनचा आदला दिवस! सकाळी आम्ही सगळे बॉम्बे हॉस्पिटलला पोहचलो. सगळी प्रक्रिया पूर्ण झाल्यावर संजीवनी आणि अक्का तिथे भरती झाल्या. ऑपरेशनच्या आधी अक्कांच्याही टेस्ट्स करणं आवश्यक होतं. संजीवनीला आदल्या रात्रीपासूनच खूप मानसिक ताण आला होता. मी माझ्या परीने तिला सतत धीर देत होतो. पण तिला भीती वाटणं अगदीच स्वाभाविक होतं.

त्या दोघी आत गेल्यावर मला तसं काही काम नव्हतं. मग मी मनुवहिनींना भेटून यायचं ठरवलं. अँटॉप हिलला रहायला आल्यापासून

त्यांची भेट झाली नव्हती आणि संजीवनीच्या ऑपरेशनच्या आधी त्यांचा आशीर्वाद घेणं माझ्यासाठी खूप महत्त्वाचं होतं.

मग मी जेवण झाल्यावर कॉलनी नर्सिंग होमला गेलो. मनुवहिनी घरीच होत्या. नेहमीच्याच उत्साहाने त्यांनी माझं स्वागत केलं. मनुवहिनी म्हणजे अतिशय उत्साही व्यक्तिमत्त्व. त्यांचा चेहरा नेहमीच प्रसन्न असायचा. त्यांचं ते निर्मळ हास्य बघूनच मन ताजंतवानं व्हायचं. अगदी आईच्या मायेने चौकशी करायच्या त्या. त्यांनी मला बसायला सांगितलं.

बसता बसताच म्हणाल्या,

"मला वाटलंच होतं तू येशील. उद्या ऑपरेशन आहे ना?"

"हो वहिनी, म्हणूनच तुमचा आशीर्वाद घ्यायला आलो आहे."

आणि मी त्यांच्या पाया पडलो.

"आशीर्वाद द्या वहिनी!."

त्या म्हणाल्या,

"अरे..बस..बस.सगळं ठीक होईल. काही काळजी करू नकोस आणि बरं का, आपलं जुनं नातं काय असेल ते असेल पण आता एक लक्षात घे आणि संजीवनीलाही सांग की तिची बहीण तिला किडनी देते आहे तर तिचा भाऊ तिचं ऑपरेशन करतो आहे. त्यामुळे तिला काहीही होणार नाही. अगदी पूर्ण बरी होईल ती. मला खात्री आहे."

असं म्हणत त्यांनी माझ्या हातावर तीर्थ ठेवलं आणि एक पेढा दिला.

त्यांच्या या बोलण्याने माझ्या शरीरात जणू जीव आला. त्यांचं बोलणं होतंच असं. कुणालाही धीर देणारं. आपलं कुणीतरी आहे अशी खात्री वाटणारं.

थोड्या वेळात अजित सर पण आले. त्यांनीही मला पेढा दिला. जणू संजीवनीला उद्या काहीही त्रास होणार नाही आणि काहीही अडचण येणार नाही, अजिबात काळजी करू नकोस अशी खात्रीच देत होते ते मला.

मी थोडा वेळ तिथे बसून परत बॉम्बे हॉस्पिटलला निघालो. परत जाताना एक प्रकारची खात्री वाटत होती की आता संजीवनी नक्कीच पूर्ण बरी होणार. मी हॉस्पिटलला पोहचलो तेव्हा संध्याकाळ झाली होती. मी संजीवनीला भेटायला तिच्या रूममध्ये गेलो. ती माझीच वाट पाहत होती. मी तिचा हात हातात घेतला आणि मनुवहिनींचा निरोप तिला सांगितला. तिच्या डोळ्यांतून पाणी यायला लागलं. मग मी तिला थोडावेळ समजावलं. तेव्हा ती शांत झाली. मग तिला थोड्याच वेळात डायलिसीससाठी नेलं.

हे संजीवनीचं ऑपरेशनच्या आधीचं शेवटचं म्हणजे ३६ वं डायलिसीस होतं. रात्रीचे ८:०० वाजले होते. मी तिथेच संजीवनीच्या रूमबाहेर बसलो होतो तोच ओ.टी.(ऑपरेशन थिएटर)च्या हेडनर्सने(मुख्य परिचारिका) एक मोठी यादी आणून दिली आणि हसतच मला म्हणाली,

"ही औषधं लागणार आहेत तेवढी आणून द्या आणि हे बघा सरांच्या बहिणीचं ऑपरेशन आहे उद्या. त्यांनी सांगितलं आहे की कुठलीही कमतरता रहायला नको. खालच्या फार्मसीला जा आणि ही सगळी औषधं आणून ९:०० च्या आत मला द्या."

मलादेखील तिच्या बोलण्याने हसू आलं. मी यादी बघितली. जरा लांबच होती.

मी हसूनच "बरं" म्हणालो. मग ती आत निघून गेली.

ती गेल्यावर मी आधी पैशांचं पाकीट बाहेर काढलं. त्यात ४,५००/- होते.

खरं तर हॉस्पिटलला आलो तेव्हा माझ्याजवळ १५,०००/- रोख होते. बँकेत पैसे होते पण एव्हाना बँका बंद झाल्या होत्या आणि त्यावेळी ATM नसल्याने हवे तेव्हा पैसे काढता येत नव्हते. त्या १५,०००/- मधले काही पैसे घेऊन माझे विद्यार्थी कुणी औषधं आणायला, कुणी रक्ताची सोय करायला गेले होते. त्यामुळे माझ्याजवळ ४,५००/- उरले होते.

मी घड्याळात बघितलं. ८:०० वाजून गेले असल्याने मी लगेच ती यादी घेऊन खाली फार्मसीमध्ये गेलो. तिथे आधीपासूनच रांग होती. पण नशीब फार लोक नव्हते आणि होते तेही भरभर पुढे सरकत होते. मी रांगेत जाऊन उभा राहिलो. तिसरा चौथा नंबर होता माझा.

माझा नंबर येताच मी काउंटरवरच्या खिडकीतून ती यादी त्या फार्मसीवाल्याकडे सरकवली. त्याने माझ्याकडे ढुंकूनही न बघता ती यादी खसकन ओढून हातात घेतली आणि अधूनमधून तिच्यात बघत भराभरा सगळी औषधं काढून माझ्यासमोर ठेवली. मग तितक्याच वेगाने कॅल्क्युलेटरवर खटाखट बटणं दाबत माझ्यासमोर १९,५००/- चं बिल ठेवलं. मी उडालोच. माझ्याकडे फक्त ४,५००/- उरले होते.

मी त्याला सांगितलं,

"दादा, माझ्याकडे सध्या इतके पैसे नाहीत. तुम्ही हॉस्पिटलच्या बिलात लावत असता ना हे पैसे?"

तो जरा गुर्मीतच म्हणाला,

"नाही हो काका, हॉस्पिटल आणि आमचं डिपार्टमेंट वेगळं आहे. हे इथल्या स्टाफने रोग्यांच्या सोयीसाठी केलेलं आहे. याचा हॉस्पिटलच्या बिलाशी काहीही संबंध नाही. ही घ्या तुमची औषधं आणि मला शक्यतोवर सुटे पैसे द्या."

"दादा आत्ता माझ्याकडे एवढे पैसे नाहीत हो. मला वाटत होतं की हे हॉस्पिटलच्या बिलात येईल. आत्ता माझ्याकडे फक्त ४,५००/- आहेत. तेवढे घेता का? नाहीतर मी तुम्हाला बेअरर चेक देतो. माझ्याकडे आत्ता खरंच इतकी रोख रक्कम नाही हो दादा. उद्या बायकोचं ऑपरेशन आहे, ही औषधं लगेच हवी आहेत."

"नाही हो काका, आम्ही असे चेक घेत नाही."

यावेळी तो जरा वैतागला होता.

"बरं उद्या आणून देतो उरलेले पैसे. आत्ता माझ्याकडे ४,५००/- आहेत तेवढे घ्या तुम्ही ठेवून. माझं नाव लिहून घ्या. माझी सगळी माहिती देतो तुम्हाला."

"नाही चालणार हो काका, पैसे नसतील तर ती औषधं ठेवा आणि रांगेतून बाजूला व्हा. तुमच्या मागे बरेच लोक थांबले आहेत."

तो जरा ओरडूनच बोलला.

मला कळेना आता काय करावे. मागच्या लोकांची चुळबुळ सुरू झाली होती.

"काकाऽऽकाय करता मग? लवकर सांगा. मागे रांग बघा जरा. वेळ नाही हो आमच्याकडे एवढा."

त्याच्या या ओरडण्याने माझी तंद्री भंग पावली.

"दादा, समजून घ्या ना. उद्या बायकोचं ऑपरेशन आहे हो..नाहीतर कशाला तुम्हाला इतका त्रास दिला असता? उद्या देतो ना उरलेले पैसे. आता बँका बंद आहेत. पैसे नाही काढून आणता येणार हो..ऐका ना..ओ दादा.."

"आमचं डोकं नका खात जाऊ बरं काका. कुठून कुठून येतात लोकं? निघा इथून. पैसे असतील तरच या परत इकडे."

माझ्यावर खेकसतच त्याने माझ्या समोरची सगळी औषधं उचलली आणि ती औषधांची यादी माझ्या अंगावर अक्षरशः फेकली.

माझा असा अपमान आजवर कधीही झाला नव्हता. आजूबाजूचे लोक माझ्याकडे 'काय केलं ह्याने' अशा नजरेने बघू लागले. माझी कानशिलं तापली होती. थरथरत्या हातानेच मी ती औषधांची यादी उचलली आणि तसाच रांगेतून बाजूला झालो.

आजवर कित्येक पेशंट्सच्या नातेवाईकांना असं पैश्यांपुढे मान झुकवताना बघितलं होतं. आज स्वतः अनुभव घेतला. पहिल्यांदा एक डॉक्टर स्वतः परिस्थिती आणि पैश्यांपुढे हतबल झाला होता. औषधांसाठी गयावया करत होता. फक्त हात जोडले नाहीत मी त्या माणसासमोर. तेवढं

सोडून सगळं केलं पण त्याला काही दया आली नाही. माझं डोकं बधिर झालं होतं. पैसा कसा भल्याभल्यांना नाक घासायला लावतो हे तेव्हा पुरेपूर कळलं होतं मला. आणखी काय बघायला लागणार होतं देव जाणे.

डोकं जरा शांत झाल्यावर मनात आलं की कॉलनी नर्सिंग होमला फोन करून अजित सरांना कळवावं. मी तिथून निघालो. डोक्यात एक तिडीक उठत होती. कपाळावरच्या आठ्या माझ्या मलाच जाणवत होत्या. डोळयांत राग, असहाय्यता, खेद, निराशा, पाणी सगळं दाटून आलं होतं. सगळयांची नजर चुकवत मी रिसेप्शनकडे भराभरा चालत निघालो.

चालता चालता वेटिंगमध्ये आलो तेवढ्यात,

“डॉक्टरसाहेब...ओ..डॉक्टरसाहेब..”

मी आवाजाच्या दिशेने वळून पाहिलं. तिथले सिक्युरिटी गार्डकाका मला हाक मारत होते. तिथे बरेचदा जाणं येणं असल्याने त्यांच्याशी तेवढी ओळख झाली होती. मी जरा वैतागलोच होतो, पण तरीही त्यांच्याजवळ गेलो.

“काय काका? हाक मारलीत मला. काय झालं?”

“डॉक्टर, तुम्हाला भेटायला बाहेर कुणीतरी आलं आहे.”

मला आश्चर्यच वाटलं. म्हटलं आता यावेळी कोण आलं असेल? माझं डोकं आधीच फिरलेलं होतं. वेळेत फोन केला नाही तर अजित सर भेटतील की नाही हाही प्रश्न होताच. शिवाय हेडनर्सने सांगितलं होतं की ९:०० च्या आत औषधं हवी आहेत आणि एव्हाना ८:३० वाजले होते.

तरी मी बाहेर गेलो तर एक साधारण तिशीतला तरुण मला भेटायला पुढे आला.

“नमस्कार, आपणंच डॉ.वडोदकर का?”

“हो मीच डॉ.वडोदकर. पण मला माफ करा मी तुम्हाला ओळखलं नाही.”

मी त्याला नमस्कार करत म्हणालो. मी त्या तरुणाला पूर्वी कधीही भेटलो नव्हतो.

त्याने मला बाजूला एका कोपऱ्यात बोलू अशी खूण केली. मला काही कळतंच नव्हतं. पण मी त्याच्याबरोबर गेलो.

"बरोबर आहे तुमचं म्हणणं. आपण यापूर्वी कधीही भेटलेलो नाही. मी इथे फक्त तुम्हाला हे द्यायला आलो आहे."

असं म्हणत त्याने माझ्या हातात एक पांढऱ्या रंगाचं जाडजूड पाकीट ठेवलं.

मी बघतंच राहिलो.

"काय आहे यात?"

मी काहीही न कळून विचारले. मी ते पाकीट नकळतच उलटसुलट करून पाहिलं. त्यावर काहीही लिहिलेलं नव्हतं.

माझा असा चेहरा बघून तो म्हणाला,

"हे सध्याचे २५,०००/- आहेत. तुम्हाला आणखी कितीही पैसे हवे असतील तर मला सांगा. एक लाख, दोन लाख, तीन लाख. फक्त त्या दिवशी बँकांना सुटी नको आणि मला निदान ३-४ तास तरी आधी कळवा किती पैसे लागणार आहेत ते."

मला विश्वासच बसेना. बंदुकीतून गोळ्या सुटाव्यात तसा तो भराभरा बोलत होता आणि मी त्याच्याकडे बघतच होतो. त्याच्या बोलण्याच्या शैलीवरून तो केरळी वाटत होता. एखादी व्यक्ती देवासारखी येऊन भेटते म्हणतात ना अक्षरशः तसंच वाटलं मला त्याला बघून.

"डॉक्टर?"

"हां..."

त्याच्या हाकेने मी एकदम भानावर आलो. नकळतच घड्याळाकडे लक्ष गेलं. तोवर ८:४० वाजले होते.

"तुमचं नाव काय सर?"

मी घाईतच विचारलं.

"त्यागराजन."

त्याने एका शब्दात उत्तर दिलं.

"कुठे काम करता?"

"एअर इंडिया."

"सर, मला कळत नाही की तुमचे आभार कसे मानू? मला या पैशांची अतिशय गरज होती. मला आत्ता लगेच जाऊन बायकोची औषधं आणायची आहेत. ९:०० च्या आत हेडनर्सकडे नेऊन द्यायची आहेत. मी आधी तिकडे जातो आणि परत येऊन बोलतो तुमच्याशी. थँक यु व्हेरी मच सर..आलोच मी..तुम्ही जाऊ नका प्लीज..!"

त्याच्या उत्तराची वाट न बघता तसाच जवळजवळ धावतच परत त्या फार्मसीवाल्याकडे गेलो. आता तिथे रांग नव्हती. मी लगेच काउंटरपाशी गेलो. माझ्या अपेक्षेप्रमाणेच त्याने मला बघताच तोंड वाकडं केलं.

मात्र तो काही बोलायच्या आत मी धापा टाकतच बोलायला सुरुवात केली,

"दादा, मघाशी माझ्याकडे खरंच पैसे नव्हते. आत्ताच एका माणसाने मला पैसे आणून दिलेत. म्हणून मी लगेच आलो. तुम्हाला उगाच गैरसमज नको व्हायला की मघाशी या माणसाने उगाच माझं डोकं खाल्लं. आता हे पैसे घ्या आणि मला लगेच औषधं द्या."

त्याने मघाच्याच गुर्मीत माझ्यासमोर औषधं ठेवली. मी त्याला पैसे दिले आणि लगेच ती औषधं त्या हेडनर्सकडे नेऊन दिली. परत येऊन पाहतो तर मला असे अचानक येऊन पैसे देणारा तो तरुण निघून गेला होता.

मी त्या गार्डकाकांना विचारलं,

"काका, मघाशी मला भेटायला तो मुलगा आला होता तो कुठे आहे?"

गार्डकाका म्हणाले,

"डॉक्टरसाहेब, तो तर केव्हाच निघून गेला. थांबला नाही तो. का हो? काय केलं त्याने?"

"काय सांगू काका, काय केलं त्याने! सगळ्यांना नाही जमत असं करायला. खूप मोठं मन लागतं त्यासाठी."

गार्डकाका प्रश्नार्थक चेहऱ्याने माझ्याकडे बघू लागले आणि मी मागे वळून संजीवनीच्या रूमकडे चालायला लागलो. मनातून काही तो तरुण जात नव्हता. एक खूप मोठं कोडं पडलं होतं मला. औषधं वेळेत पोचती झाल्याने मनावरचा ताण कमी झाला होता त्यामुळे आता एक एक प्रश्न डोक्यात येऊ लागला.

माझ्या आजवरच्या आयुष्यात त्याला मी कधीही पाहिलं नव्हतं.त्याला कसं कळलं की मला पैशांची इतकी गरज आहे? इतक्या नेमक्या वेळी कसा आला तो? कुणी पाठवलं असेल त्याला? आपण तर आत्ता कुणाशीच बोललो नाही.

विचार करून करून डोकं दुखायला लागलं म्हणून ठरवलं की संजीवनीचं ऑपरेशन झालं की आधी पैसे घेऊन एअर इंडियाच्या ऑफिसमध्ये जायचं. मग कुठे मला बरं वाटलं.

रूमजवळ आलो तर माझे विद्यार्थी आधीच तिथे येऊन बसले होते. माझ्याकडे बघून त्यांना कळलं की मला काहीतरी झालं आहे. त्यांनी मला बसवून आधी पाणी दिलं आणि एक जण लगेच माझ्यासाठी चहा आणायला कॅन्टीनकडे पळाला. तो चहा पिऊन जरा तरतरी आली. मग मी फार्मसीमध्ये घडलेला प्रकार त्यांना सांगितला.

एक जण चिडून म्हणाला,

"सर, असं कसं बोलला तो फार्मसीवाला तुम्हाला? मी आत्ता जाऊन बोलतोच त्याच्याशी."

मी त्याला थांबवलं. म्हटलं,

"जाऊ दे ना, आपल्याला काय करायचं आहे? आज वाईट काय झालं यावर बोलण्यापेक्षा आपण आज छान काय झालं त्यावर बोलू."

"म्हणजे सर?"

मग मी त्या सगळ्यांना त्या अवचितपणे आलेल्या तरुणाबद्दल सांगितलं. सगळे अवाक् होऊन माझ्याकडे बघू लागले. त्यांनाही कळत नव्हतं की असं अचानक येऊन कोण कशाला पैसे देऊन जाईल? बरं त्यांच्याही ओळखीत कुणी त्यागराजन म्हणून नव्हतं. आता हा रहस्यमयी तरुण कोण याचं उत्तर एअर इंडियाच्या ऑफिसमध्येच मिळेल म्हणून मी शांत डोक्याने संजीवनीचं डायलिसीस संपण्याची वाट पाहत बसलो.

******

शेवटी एकदाचा दुसरा दिवस उजाडला. २६ सप्टेंबर १९९०, बुधवार!

सकाळी ७:४५ वाजता संजीवनीला ओ.टी.मध्ये न्यायला स्ट्रेचर आणलं. संजीवनी खूपच घाबरलेली होती. मी तिला शांत करत होतो. या क्षणाला तिचा रक्तदाब वाढून चालणार नव्हता किंवा इतर कुठलाही त्रास होऊन चालणार नव्हता.

"मला खूप भीती वाटते आहे हो..कसं होईल माझं?"

"संजीवनी, घाबरू नकोस..सगळं ठीक होणार आहे आता."

"मी मुलांना परत बघू शकेन ना हो?"

"हो संजीवनी...तू काहीही काळजी करू नकोस. तू बरी होऊनच बाहेर येणार आहेस."

ऑपरेशनसाठी अक्का आणि संजीवनी दोघींना वेगवेगळ्या ऑपरेशन थिएटर मध्ये नेलं. ऑपरेशन थिएटर तिसऱ्या मजल्यावर होतं. मी तिला आत नेईपर्यंत पूर्ण वेळ तिचा हात हातात घेऊन समजावून सांगत होतो. पण माझ्या आत काय होत होतं याची जाणीव तिला होऊ दिली नाही.

८:०० वाजता संजीवनी आत गेली आणि माझं उरलंसुरलं अवसान गळून पडलं. ओ.टी.च्या बाहेरच एक खास वेटिंग रूम होती. मी तिथेच एका

बाकावर बसून होतो. माझे मंत्र पुटपुटत होतो. डोकं शांत ठेवण्याचा प्रयत्न करत होतो. माझे विद्यार्थी माझ्या बरोबरच होते. अतुल, अरुण, मंगेश, कदम, जोशी, पुरोहित, गंडभीर सकाळपासूनच बॉम्बे हॉस्पिटलला आले होते. मी संजीवनी आत गेल्यापासून मान खाली घालूनच बसलो होतो. किशोर माझ्या शेजारीच बसला होता. माझे विद्यार्थी मला सतत म्हणत होते,

“सर तुम्ही मॅडमना इतकं समजावून सांगितलं आता तुम्हीच टेंशन घेत आहात.”

पण त्यांचं बोलणं माझ्या कानांवरच पडत होतं. मनापर्यंत पोहचत नव्हतं. मनात काहीतरी वेगळंच सुरू होतं. संजीवनीचा आत्ताचा भेदरलेला..मी परत मुलांना बघू शकेन ना..या आशेने माझ्याकडे बघत असलेला चेहरा मी विसरू शकत नव्हतो.

मी संजीवनीला इतक्या खचलेल्या अवस्थेत कधीही पाहिलं नव्हतं. किती खंबीर आणि सहनशील होती संजीवनी! आमच्या लग्नानंतर मी तिला कधी इतकं आजारी पाहिलंच नव्हतं. हळूहळू माझ्या डोळ्यांसमोर आत्ताची संजीवनी जाऊन पूर्वीची धडधाकट आणि निरोगी संजीवनी दिसू लागली. संजीवनी अतिशय जिद्दी होती. संजीवनीला इतर दवाखान्यांमध्ये कठीण डिलीव्हरी(प्रसूती) असेल तर मदतीला जावं लागायचं, शिवाय ती कॉलेजमध्ये पण शिकवायची.

नंतर घरीच तिने स्वतःचं मॅटर्निटी होम सुरू केलं होतं. सगळ्यात मागच्या बाजूच्या खोलीतच डिलीव्हरीज करायची ती. किशोरची दोन्ही मुलं याच तर खोलीत जन्माला आली होती! त्यावेळी संजीवनीने सगळं किती व्यवस्थित केलं होतं.

लग्नानंतर दिपूच्या जन्मापर्यंत त्या घरात, त्या खोलीत संजीवनीने कमीत कमी ५० तरी डिलीव्हरीज केल्या असतील. मी कायम तिच्या मदतीला असायचो. आम्ही एक बाई सुद्धा ठेवली होती इतर कामं करायला. ती डिलीव्हरीनंतरचे सगळे कपडे, चादरी, हातमोजे धुवायची. सगळी खोली

परत स्वच्छ करून ठेवायची. बाळाला आंघोळ वगैरे घालणे अशी कामं करायची. दवाखान्यात काही काम नसेल तर ती बाई घरातील काही कामंदेखील करायची. एकदा काही कारणास्तव कुणीही मदतीला नव्हतं तर बाईने म्हणजे माझ्या आईने स्वतः एका बाळाला पहिली आंघोळ घातली होती.

पण १९५७ साली बांधलेलं ते घर हळूहळू मोडकळीला येऊ लागलं होतं. विशेषतः घराचा हा मागच्या बाजूचा भाग. एक दिवस त्याच खोलीत छताचा एक मोठा पोपडाच खाली पडला. तेव्हापासून मग तिथे डिलीव्हरी करणं बंद केलं. त्यानंतर १-२ महिन्यांत संजीवनीला दिवस गेले आणि १६ सप्टेंबर १९८४ ला दिपूचा जन्म झाला.

दिपूच्या जन्मानंतर मात्र संजीवनीची तब्येत खूप बिघडली होती. तिचं सिझेरियन झालं असल्याने तिच्या पोटाला उभे टाके दिले होते. पण २-३ दिवसांतच संजीवनीचं पोट फुगलं आणि एक एक करत तिचे टाके उसवू लागले. टाक्यांच्या जागेवर छिद्रं दिसायला लागली आणि त्यातून रक्त यायला लागलं. त्याला सतत मलमपट्टी करायला लागायची. त्यात दिपूच्या लाथा बसायच्या त्या टाक्यांवरच. खूप वेदना व्हायच्या संजीवनीला. त्यावेळीही उमेशने खूप केलं होतं संजीवनीसाठी. तिच्यासाठी बराच वेळ दवाखान्यात थांबायचा, संजीवनीला धरून उठायला मदत करायचा.

मला त्याही वेळी दवाखाना बघावा लागत असे. जवळपासच्या गावांतून तर सतत बोलावणं असायचं.

संजीवनी घरी आली त्यानंतरही दोन एक महिने तिला त्या टाक्यांचा त्रास सहन करावा लागला होता. पण तिने कधीही हार मानली नाही. ती स्वतः आरशासमोर उभी राहून त्या टाक्यांची मलमपट्टी करायची. तिला हर्नियादेखील झाला होता त्याचवेळी. अतिशय वेदना सहन केल्या त्यावेळी संजीवनीच्या शरीराने.

त्यानंतरच कदाचित तिचं शरीर थकलं असावं. तिचे पाय खूप दुखायला लागले. साधं रिक्षात बसतानासुद्धा तिला आधार द्यावा लागायचा. पण तरीही संजीवनी कधीही थांबली नव्हती.

नेमक्या ह्याचवेळी सिंधूबाई आमच्याकडे काम मागायला आल्या होत्या आणि संजीवनीने लगेच त्यांना दिपूला सांभाळायची जबाबदारी दिली होती. नंतर त्या आमच्या कुटुंबाचाच एक भाग झाल्या. खूप जीव लावला त्यांनी दिपूला. दिपूलाही त्यांच्याशिवाय करमायचं नाही. मग संजीवनी परत तिच्या कामाकडे वळली. पण तोवर 'मीरा मॅटर्निटी होम' बंद करावं लागलं होतं.

संजीवनी अतिशय हुशार डॉक्टर होती. खामगांवमध्ये हळूहळू तिचं नाव होत होतं. मी घरात मोठा म्हणून माझ्यावर बऱ्याच जबाबदाऱ्या होत्या. पण संजीवनीने सगळं मनापासून स्वीकारलं होतं. आम्ही सगळेच एकमेकांना खूप सांभाळून घेत होतो पण कदाचित प्रॅक्टिस आणि मुलांचं करता करता स्वतःकडेच लक्ष देता आलं नाही तिला. कधी त्रास झाला तर वाटेल बरं थोड्या वेळाने असं वाटायचं तिला.

हळूहळू तिच्या तब्येतीच्या तक्रारी सुरु झाल्या. कधी तिचे गुडघे खूप दुखायचेत तर कधी टाचा, कधी आणखी काहीतरी. त्यासाठी नागपूरला जाऊन सगळ्या तपासण्या केल्या तर सगळं ठीकच होतं. मुलांच्या शाळा, अभ्यास, शिकवण्या सगळयांकडे तिचं बारीक लक्ष असायचं. सोनूच्या दहावीसाठीसुद्धा तिने किती शोधाशोध करून नागपूरला क्लास लावून दिला होता. पण सोनूची दहावीची शाळा सुरू होण्यापूर्वीच आम्हाला इकडे यावं लागलं होतं. एकाच वर्षात तिच्या किडनीज इतक्या कशा खराब झाल्या हे कोडं अजूनही उलगडलं नव्हतं. पण नंतर मी त्याचा विचार करणं बंद केलं होतं.

माझ्या बंद डोळयांसमोर आमच्या लग्नापासून आजपर्यंतचा पंधरा वर्षांचा काळ एखाद्या चित्रपटासारखा सरकत होता. तो तसा किती काळ सुरू

होता याचं मला भानच नव्हतं. अचानक ते सगळं चित्र धूसर झालं आणि मी वर्तमानकाळात आलो. अरुण मला खांद्याला धरून हलवत होता,

"सर... सर.. ??"

"हां ..?"

"सर..तुम्ही ठीक आहात ना? चहा आणू का तुमच्यासाठी?"

"नको..आत्ता नको..ऑपरेशन संपलं की पितो."

मी असं म्हटलं आणि..

"डॉ.वडोदकर"

तेथील ध्वनिप्रक्षेपकावर माझ्या नावाची घोषणा झाली.

मी ताड्कन उठलो. संजीवनीचं ऑपरेशन संपल्याची ती सूचना होती. ते ऑपरेशन जवळपास ४-५ तास सुरु होतं. मग मी लगेच उठून ओ.टी.च्या दाराबाहेर जाऊन थांबलो. किशोरदेखील माझ्याबरोबर आला. माझ्या छातीत खूप धडधडत होतं आणि डोक्यात प्रश्नांची प्रचंड गर्दी झाली होती.

डॉक्टर बाहेर येऊन काय सांगतील? संजीवनीला ऐनवेळी काही अडचण तर आली नसेल ना? ती ठीक असेल ना? कुणीच का बाहेर येत नाही अजून?

शेवटी डॉ.उमेश ओझा बाहेर आले. मला बघताच म्हणाले,

"अभिनंदन डॉक्टर, ऑपरेशन आत्ताच झालं. अगदी सुरळीत पार पडलं आहे. मॅडम एकदम ठीक आहेत. काही काळजी नाही आता. त्यांचं युरिया आणि क्रिएटीनीन तपासायला पॅथॉलॉजीकडे पाठवलं आहे. त्यांचे रिपोर्ट्स लगेच येतील. ते मी तुम्हाला कळवतोच पण आधी मला अजित सरांनी तुम्हाला एवढा निरोप देण्यासाठी पाठवलं म्हणून लगेच आलो."

एवढं बोलून ते लगेच निघून गेले. मी तिथेच त्यांची वाट पाहत थांबलो. ऑपरेशन सुरळीत पार पडल्यामुळे मला हायसं वाटत होतं पण रिपोर्ट्स काय येतात याची चिंता होतीच. संजीवनीच्या शरीराला नवीन किडनी कितपत मानवली आहे हे त्यावरून कळणार होतं.

मी अत्यंत अधीरतेने डॉ.ओझांची वाट पाहत तिथेच येरझाऱ्या घालू लागलो. थोड्याच वेळात डॉ.ओझा आले आणि त्यांनी मला रिपोर्ट्स १००% नॉर्मल असल्याचं सांगितलं आणि लगेच निघून गेले.

सगळं नॉर्मल आहे हे कळताच मी पूर्णपणे निर्धास्त झालो. इतक्या महिन्यांचा ताण एकदम निघून गेल्यामुळे मला शरीरातील त्राणच नाहीसं झाल्यासारखं वाटू लागलं. थोडासा अडखळतच मी परत त्या वेटिंगमध्ये आलो आणि खूप रडायला लागलो.

विद्यार्थ्यांना तोवर कळलेलं होतं की ऑपरेशन व्यवस्थित झालं आहे. त्यांना कळेना सगळं इतकं चांगलं झालं तरी सर का रडत आहेत? पण तो माझा इतक्या महिन्यांचा ताण बाहेर पडत होता. शिवाय संजीवनीच्या वेदना आता तरी संपल्यात याचा आनंदही होताच. मी थोडा वेळ तसाच रडत होतो.

मग अजित सरही बाहेर आले. त्यांना बघताच मी उठून उभा राहिलो.

अजित सर माझ्याजवळ आले आणि माझ्या खांद्यावर हात ठेवून म्हणाले,

"डॉक्टर, ऑपरेशन अगदी सुरळीत पार पडलं आहे. दोघीही अगदी व्यवस्थित आहेत. आता कसलीही काळजी करू नकोस. फक्त आता आम्ही संजीवनीला सरळ आयसोलेशनमध्ये(अलगीकरण कक्ष) नेणार आहोत. त्यामुळे तिला आत्ता भेटता येणार नाही. पण ती एकदम ठीक आहे. तिला आता कुठलाही धोका नाही."

"आणि अक्का? त्या ठीक आहेत ना?"

"एकदम ठीक आहेत. जे दुसऱ्यांना जीवनदान करतात त्यांच्या जिवाला काही होत नाही. त्यांना शुद्धीवर यायला थोडा वेळ लागेल. पण आता सगळं ठीक आहे. नाऊ रिलॅक्स अँड डोन्ट वरी!"

मी अजित सरांचे हात हातात घेऊन परत खूप रडलो. त्यांच्या पाया पडलो. त्यांच्यामुळे संजीवनीचा जीव वाचला होता. तिला जीवनदान मिळालं होतं.

'ती पुन्हा जन्मली होती.'

मी अजित सर आणि डॉ.कृपलानी ह्यांचे खूप खूप आभार मानले. देवाला मनापासून नमस्कार केला. माझे विद्यार्थी होतेच माझ्याबरोबर. एक दोघे लगेच पेढे आणायला बाहेर पळाले. गेल्या पाच महिन्यांत आज मी मनापासून हसत होतो. खूप आनंद झाला होता मला.

सोपं नसतं आपल्या साथीदाराला अशा अवस्थेत इतके महिने बघणं. ती वाचेल की नाही? तिला काही होणार तर नाही? ही भीती अतिशय जीवघेणी असते. संजीवनीइतका नाही म्हणणार पण तिचा आजार मीदेखील भोगला. आयुष्य थांबल्यासारखं झालं होतं. सगळं सोडून केवळ तिच्या बरं होण्याकडे भर दिला होता. काही लोकांनी मला मूर्खातही काढलं होतं की कुठला डॉक्टर स्वतःची प्रॅक्टिस सोडून इतके महिने बाहेरगावी राहतो? खरं आहे कुणीही करणार नाही असं. मीदेखील सहज संजीवनीसाठी एक नर्स ठेवून महिन्यातून एक चक्कर मुंबईला टाकून तिला भेटून येऊ शकलो असतो. पण मला ते योग्य वाटलं नाही. तिला अशा अवस्थेत एकटीला ठेवणं याची मला कल्पनासुद्धा करवत नव्हती.

कधी कधी असाही विचार मनात यायचा की हेच उलटं झालं असतं तर? मी संजीवनीच्या जागी असतो तर? तिने माझ्यासाठी हेच सगळं केलंच असतं ना? मग मी कसा मागे राहू? पैसा काय..आज आहे..उद्या नाही किंवा आज नाही..उद्या आहे. पण आपला साथीदार एकच असतो आणि उभ्या आयुष्यात एकदाच भेटतो. त्याला जपणं मला सगळ्यात जास्त महत्त्वाचं वाटलं. ती सगळ्यात मौल्यवान गोष्ट आहे माझ्या आयुष्यातली.

मी कितीतरी वेळ असा विचार करत तिथेच बसून होतो. इतक्या महिन्यांचं ओझं डोक्यावरून उतरलं होतं. मग थोड्या वेळाने अक्कांच्या खोलीकडे जायला निघालो. तिथे जयंतराव, प्रमोद आणि प्रदीप पुरोहितचे बाबा बसले होते. त्यांना देखील डॉ.ओझांनी अक्कांबद्दल माहिती दिली होती. अक्कांना अजून शुद्ध आली नव्हती.

आधी ऑपरेशनची तारीख २८ असल्याने अण्णांनी २६ तारखेचं बुकिंग केलं होतं त्यामुळे ते २७ ला पहाटे पोहचणार होते. मग खामगांवला आणि इतर नातेवाईकांना कळवलं. इकडे माझे विद्यार्थीदेखील त्यांच्या परीने हा क्षण साजरा करत होते. एकमेकांना पेढे भरवत होते.

सगळ्यांनाच आनंद झाला होता. मग आम्ही सगळेच चहा प्यायला कॅन्टीनकडे निघालो. अक्कांना संध्याकाळपर्यंत शुद्ध आली. त्या अगदी ठीक होत्या. संजीवनीलासुद्धा रात्रीपर्यंत शुद्ध आली. तिच्या तब्येतीबद्दल मला तिच्या नर्सकडून कळत होतं. शेवटी एकदाचा तो दिवस संपला आणि मी ५ महिन्यांनी अगदी निःश्चिन्त मनाने झोपलो.

******

दुसऱ्या दिवशीची पहाट इतक्या महिन्यांत पहिल्यांदा मला खूप प्रसन्न वाटली. अण्णादेखील थोड्या वेळात पोहचले. त्यांना हॉस्पिटलला सोडलं आणि मी विचार करत होतो की सिद्धिविनायकाला जाऊन दर्शन घ्यावं. तिथून कॉलनीला जाऊन मनुवहिनींना देखील भेटता येईल.

पण अचानक मला परवा आलेल्या त्या तरुणाची आठवण झाली. त्याचे पैसे परत केले पाहिजेत. आता बँका उघडल्या होत्या. मी लगेच सगळं आवरलं आणि तयार होऊन बँकेत गेलो. तिथून गरजेपुरती रक्कम काढली आणि तसाच एअर इंडियाच्या ऑफिसमध्ये पोहचलो. दारातून आत शिरताच तेथील रिसेप्शनिस्टने अतिशय अदबीने माझं स्वागत केलं.

"येस सर? मी काय मदत करू शकते तुमची?"

"नमस्कार मॅडम, मला त्यागराजन ह्यांना भेटायचं आहे."

"बरं..आडनाव काय त्यांचं?"

"त्यागराजन..मला आडनाव माहीत नाही. नाव त्यागराजन आहे आणि ते इथे काम करतात असं त्यांनीच मला सांगितलं होतं."

मला फक्त नाव माहीत होतं. घाईघाईत आडनाव मी विचारलंच नव्हतं. खरं तर मी त्यांना काहीच विचारलं नव्हतं. एक अनोळखी माणूस आपल्याला अचानक इतक्या नेमक्या वेळी इतके पैसे का आणून देतो आहे हाही प्रश्न मला त्यावेळी पडला नव्हता.

त्यावर ती हसून म्हणाली,

"सर, या इमारतीमध्ये आज कमीत कमी ५-१० त्यागराजन असतील आणि पूर्ण एअर इंडिया जर म्हणाल तर १५ त्यागराजन सहज असतील. त्यातले तुम्हाला नेमके कोण हवे आहेत? आडनाव जर कळलं तर मी लगेच सांगू शकते तुम्हाला. नाहीतर तुम्ही त्यांना फोन करून विचारता का?"

"नाही हो मॅडम, माझ्याकडे फोन नं.देखील नाही त्यांचा. मी अक्षरशः १० मिनिटं भेटलो असेन त्यांना."

मग मी तिला थोडक्यात सांगितलं की मला त्यागराजनना का भेटायचं आहे.

"ओह, बरं. मी समजू शकते सर. तुम्ही एक काम करा. इथेच बसा. ऑफिस आता सुरूच होतं आहे. सगळे येतीलच आता. त्यातले जे कुणी त्यागराजन असतील ते मी तुम्हाला सांगते. तुम्हाला हवे ते त्यागराजन भेटले तर बरंच होईल."

"चालेल, मी थांबतो थोडा वेळ. थँक यु मॅडम."

"काही प्रॉब्लेम नाही सर, तुम्ही बसा."

ती हसून म्हणाली.

ती खूप व्यवस्थित बोलत होती. अजिबात चिडली नाही. येणाऱ्या प्रत्येक त्यागराजनना मला भेटवत होती. असे २-३ जणांना भेटवल्यावर ती म्हणाली,

"सर, मला असं वाटतं तुम्ही त्यांच आडनाव आणि डिपार्टमेंट यांची नक्की माहिती मिळवा आणि मग या कारण असं त्यांना शोधणं खूप अवघड होईल."

“बरोबर आहे तुमचं म्हणणं. मी करतो प्रयत्न. येतो मॅडम, सॉरी तुमचा बराच वेळ घेतला.”

“नाही सर, असं काही नाही. मी आशा करते की तुमची आणि त्यागराजनची लवकर भेट व्हावी.”

मी तिला नमस्कार केला आणि तसाच परत हॉस्पिटलला आलो.

संजीवनीला जवळपास ७-८ दिवस आयसोलेशनमध्ये रहावं लागणार होतं. तिची खोली पाचव्या मजल्यावर होती. मलासुद्धा तिथे जाण्याची परवानगी नव्हती. तिथे तिला बाहेर काचेतूनच बघावं लागायचं. मी तिथेच बाहेर बाकावर झोपत असे. संजीवनीसाठी २४ तासांची नर्स होती. म्हणजे १२-१२ तासांच्या २ नर्सेस होत्या. तिला कॅथेटर आणि आय.व्ही.लावलेलंच होतं. मग २ दिवसांनी तिचं कॅथेटर काढून टाकलं. तिला युरीन नीट पास व्हायला लागली आणि तिसऱ्याच दिवशी तिला उठायला सांगितलं. त्याच दिवशी म्हणजे २९ सप्टेंबरला दसरा होता.

खामगांवला असताना दर दसऱ्याला मी दिपूला घेऊन आमच्या स्पार्क गाडीवर आपट्याची पानं आणायला जात असे. दिपालीला खूप आवडायचं सीमोल्लंघन करायला. तिथून घरी आलं की संजीवनी दारातच आम्हाला ओवाळायची. मग दिपाली हातात मावेल तेवढं ‘सोनं’ घेऊन बाहेर पडायची.

आम्ही इथे राहून कुठलाही सण साजरा करू शकत नव्हतो. काही करावसंच वाटायचं नाही. पण तिकडे उमेश आणि अमृताने सणासुदीला, वाढदिवसांना मुलांना आमची उणीव भासू दिली नाही.

४-५ दिवसांनी संजीवनीला सगळं स्वतःचं स्वतः करता यायला लागलं होतं. तिची नर्स तिला यासाठी खूप प्रेरित करायची.

हळू हळू तिची तब्येत बरी व्हायला लागली.

इकडे सुरेखा अक्कांचं सगळं बघत होती. अक्कांना बरेचदा वेदनाशामक औषधं किंवा इंजेक्शन दिलेलं असल्याने त्या खूपदा गुंगीतच

असायच्या. सुरेखा त्यांची वेणी घालून द्यायची. अक्कांना न उठवता जे काही करता येणं शक्य असायचं ते सगळं सुरेखा करायची अक्कांसाठी.

माझी इतक्या महिन्यांची चिंता संजीवनीच्या ऑपरेशन बरोबर संपली होती. तिची तब्येत आता अगदी उत्तम होती. एक दोन दिवसांतच तिला आयसोलेशनमधून स्पेशल रूममध्ये शिफ्ट करणार होते.

मी नेहमीप्रमाणे तिच्या खोलीबाहेर बाकावर बसलो होतो. दुपारचे ४:०० वाजले असतील. मी चहा प्यायला जाणार तेवढ्यात संजीवनीची नर्स बाहेर आली आणि मला म्हणाली,

"पेशंटचं हे औषध संपलं आहे. आज रात्रीचा आणि उद्या सकाळचा डोज उरला आहे. तुम्ही हे आणून माझ्याजवळ द्या सकाळपर्यंत."

मी तिच्याकडून तो कागद घेतला आणि कुठलं औषध आहे ते वाचू लागलो. तर ते 'इम्यूरॉन' नावाचं औषध होतं. संजीवनीला त्याचे ड्रॉप्स द्यावे लागत होते. माझ्या फार्मसीमधल्या वाईट अनुभवामुळे मी परत काही तिथे गेलो नाही. बॉम्बे हॉस्पिटलच्या समोर रिलायन्स मेडिकल शॉप म्हणून एक दुकान होतं. मी तिथे जायला सुरुवात केली होती. मी लगेच तिथे गेलो पण नेमकं त्यावेळी त्याच्याकडे ते औषध उपलब्ध नव्हतं.

मी त्याला म्हणालो,

"अरे बापरे, आता? दोनच डोजेज उरले आहेत. उद्या तरी मिळेल का? पंचाईत आहे नाहीतर."

"मी विचारून सांगतो डॉक्टर. स्टॉकिस्टला फोन लावून त्याला विचारतो. असेल त्याच्याकडे तर घेऊन येतो उद्या संध्याकाळपर्यंत."

"बघ बाबा, कर काहीतरी. अर्जंट आहे ते औषध. एकही डोज चुकायला नको त्या औषधाचा."

"बघतो डॉक्टर, पूर्ण प्रयत्न करतो मी."

त्याने स्टॉकिस्टकडे चौकशी केली. त्याने सांगितलं की ते औषध सध्या त्यांच्याकडेही उपलब्ध नाही. मग त्याने ते औषध इम्पोर्ट करणाऱ्या कंपनीला

विचारले. तेही १-२ दिवसांनी येईल म्हणाले. त्यांच्याजवळ सुद्धा नव्हतं. मग मला खूप टेंशन आलं.

"अजून कुठे विचारता येईल का? औषध सकाळपर्यंत मिळालं नाही तर खूप मोठा प्रॉब्लेम होईल."

"डॉक्टर, मी विचारतो शक्य तिथे. कुठेही मिळालं तर तुम्हाला कळवतो तसं."

"ठीक आहे. थँक यु."

मी परत हॉस्पिटलला आलो आणि आयसोलेशन वॉर्डसमोर बसण्याची सोय असते तिथे जाऊन बसलो. तिथे आणखी काही लोक बसले होते. काही जणं मला गेले काही दिवस रोज भेटत होते. त्यामुळे रोज बोलणं व्हायचं त्यांच्याशी.

त्यातच ताज हॉटेलच्या एका वेटरचा मुलगा होता. त्याच्या वडिलांचं १-२ दिवसांपूर्वीच किडनीचं ऑपरेशन झालं होतं. मी माझ्याच विचारांत माझ्या नेहमीच्या जागेवर जाऊन बसलो. माझ्या डोक्यात हेच विचार होते की आता कसं करावं, औषध नाही मिळालं तर काय करायचं? दोनच डोजेज उरले आहेत. या विचारांत मला तो तिथेच बसला आहे हे लक्षातच आले नाही. मी मान खाली घालून डोळे बंद करून विचार करत बसलो होतो.

"अरे काय डॉक्टर, आज काही नमस्कार नाही, काही नाही! ओळखलं नाही का मला?"

मी एकदम डोळे उघडले. त्याला बघताच हसून नमस्कार केला.

"डॉक्टर, आज तुम्ही खूप शांत बसला आहात. काही बोलत नाही आहात. काय झालं? मॅडम बऱ्या आहेत ना?"

"काय बोलू? काही सुचत नाही आहे मला. तिचं एक औषध संपत आलं आहे आणि इथे किंवा बाहेर कुठेच मिळत नाही आहे. कुठून आणावं काही समजत नाही आहे मला."

"एवढंच ना डॉक्टर? कशाला काळजी करता? मी आहे ना. तुम्हाला आज रात्री किंवा उद्या सकाळी ते औषध आणून देतो. काही काळजी करू नका."

"अरे बाबा, मी सगळी चौकशी केली आहे. कुठेच नाही आहे ते औषध. अगदी ते इंपोर्ट करणाऱ्या कंपनीकडेसुद्धा नाही. मग तू कुठून आणणार?"

"माझ्यावर विश्वास ठेवा डॉक्टर. मी आज रात्री किंवा उशिरात उशिरा उद्या सकाळी ते औषध तुम्हाला आणून देतो. मला त्या औषधाचं नाव लिहून द्या, सगळं माझ्यावर सोडा आणि निर्धास्त व्हा."

मी फक्त हसलो आणि "बरं" म्हणालो. त्याला एका कागदावर औषधाचं नाव लिहून दिलं आणि तो निघून गेला.

मला माहीत होतं ते औषध त्याला कुठेही मिळणार नव्हतं. मला काळजी होतीच. मी ठरवलं होत की कुठेही ते औषध मिळालं नाही तर डॉ फडके किंवा कृपलानींना सांगायचं. मी चहा पिऊन आलो तोवर साधारण ५:३० वाजले होते.

मग मी जेवणाची वेळ होईपर्यंत तिथेच वाचत बसलो होतो. मग ८:००-८:३० वाजता दीप्तीच्या घरून आलेला डबा खाल्ला. दीप्ती ही माझी विद्यार्थिनी. या ८-१० दिवसांत सगळ्या विद्यार्थ्यांचा डबा तिच्या घरूनच यायचा. त्यातल्या त्यात तिचं घर जवळ होतं त्यामुळे ती रोज सगळ्यांसाठी डबा घेऊन यायची.

माझं जेवण वगैरे उरकून मी रात्रीचा ९:००-९:३० ला माझ्या नेहमीच्या बाकावर येऊन आडवा झालो. माझ्या डोक्यात औषधाचेच विचार सुरु होते त्यामुळे मला झोप येण्याचा प्रश्नच नव्हता. मग मी परत पुस्तक वाचायला सुरुवात केली पण वाचता वाचताच मला कधी झोप लागली कळलंच नाही.

"डॉक्टर?"

"हां..?"

कुणीतरी हाक मारून मला उठवत होतं.

मी मान वर केली तर दुपारी भेटलेला तो तरुण माझ्याकडे बघत उभा होता. त्याच्या चेहऱ्यावर एक समाधानाचं हसू होतं.

मला काही कळत नव्हतं. मी घड्याळात पाहिलं. पहाटेचे ३:३० वाजले होते.

मी पूर्णपणे जागा झालो आहे हे बघून तो म्हणाला,

"डॉक्टर, मी बोललो होतो ना त्याप्रमाणे हे औषध आणलं आहे. एकदा तपासून पहा तेच आहे ना."

असं म्हणत त्याने माझ्या समोर ती औषधाची बाटली धरली.

माझा विश्वासच बसेना. मी ती बाटली हातात घेतली. त्या बाटलीवर उर्दू किंवा अरेबिकमध्ये लिहिलं होतं. मला काही ते कळलं नाही. ती बाटली एकदम नवीन आणि नीट पॅक केलेली होती. मी तपासलं तर तेच औषध होतं.

मी न राहवून विचारलं,

"अरे, तुला कुठे मिळालं हे औषध? कोणाकडेच नव्हतं! कुठून आणलंस तू?"

तो म्हणाला,

"दुबईहून."

तो जितक्या शांतपणे हे बोलला तितकाच जोरदार धक्का बसला मला.

"माय गॉड...दुबई...कसं काय?"

"सांगतो. तुम्ही माझ्याशी बोलल्यावर मी बाबांच्या हॉटेल मॅनेजरला फोन केला. त्याला सांगितलं की मला या औषधाच्या दोन बाटल्या शक्यतोवर आज रात्रीपर्यंत हव्या आहेत. डोजेज संपत आले आहेत आणि इथे कुठेही मिळत नाही आहे."

"पण तुला माझं नाव पण माहीत नाही. तू मॅनेजरला काय सांगितलंस? कुणाला हवं आहे औषध ते?"

"मी त्याला सांगितलंच नाही कुणाला औषध हवं आहे ते आणि त्यानेही विचारलं नाही. माझ्या वडिलांचं पण किडनीचंच ऑपरेशन झालेलं

आहे. त्या मॅनेजरला वाटलं, बाबांसाठीच हवं आहे. पण इथे कुठेही ते औषध मिळत नसल्याने त्या मॅनेजरने लगेच दुबईच्या माणसाला फोन लावला. त्याने दुबईच्या मार्केटमधून दोन बाटल्या विकत घेतल्या आणि त्यांची बरीच माणसं रोज तिथून भारतात येत असतात त्यापैकी एकाजवळ त्या दोन्ही बाटल्या दिल्या. त्यामुळे ते औषध विमानाने भारतात आलं. औषध हॉटेलला पोहचताच त्या मॅनेजरने लगेच ते एका माणसाला हॉस्पिटलला पाठवून माझ्याकडे पोहचवलं आणि मी तुम्हाला आणून दिलं."

"बापरे...दुबईहूनसुद्धा इतक्या कमी वेळात असं औषध आणता येतं? तुमचे आभार कसे मानू खरंच समजत नाही मला."

"आभार वगैरे काही नाही डॉक्टर. मी काहीही केलेलं नाही यात."

डोकं थोडं शांत झाल्यावर मी दुसऱ्याच विचारात पडलो. याने एवढं दुबईहून औषध आणलं आहे म्हटल्यावर हा नक्की आपल्याकडून दिनार घेणार! किती घेतो कुणास ठाऊक? त्यावेळी □ १३०-१३५ म्हणजे एक दिनार होता. ते औषध भारतात तेव्हा ३०००/- ला मिळायचं आणि रिलायन्सवाला मला २५००/- मध्ये द्यायचा.

मी जरा घाबरतच त्याला विचारलं,

"आता याची किंमत काय बाबा?"

"काहीच नाही डॉक्टर."

मला धक्काच बसला,

"अरे, एवढ्या दुबईहून आलेल्या औषधाची किंमत काहीच नाही? खरंच सांग ना किती पैसे झालेत ते."

"मला खरंच माहीत नाही डॉक्टर. खोटं कशाला बोलू? मला कळलं की तुम्हाला सांगतो."

"ठीक आहे. पण नक्की सांग बरं का मला."

"हो डॉक्टर..नक्की."

मग मी ते औषध लगेच संजीवनीच्या नर्सला नेऊन दिलं. तोवर पहाटेचे ४:१५ वाजले होते. औषध दिल्यावर मी परत माझ्या नेहमीच्या बाकावर जाऊन आडवा झालो. मग मात्र मला शांत झोप लागली.

मग दुपारी मी नेहमीसारखा वेटिंगमध्ये बसलो होतो. थोड्या वेळाने तोही आला. मी परत जाऊन त्याला औषधाच्या किंमतीबद्दल विचारलं.

"का रे बाबा, कळलं का तुला किती पैसे झालेत ते?"

"डॉक्टर, तुम्ही अजूनही पैशांचा विचार करत आहात! तुम्ही त्याची कशाला काळजी करता? मला याचे पैसे द्यावे लागलेच तर मी तुम्हाला मागून घेईन. त्यामुळे आत्ता काही मी पैसे घेत नाही."

"अरे पण…"

"डॉक्टर, असं समजा की मी माझ्या बहिणीसाठी औषध आणलं आहे आणि आमच्यात बहिणीकडून पैसे घेत नाहीत."

माझ्या डोळ्यांत पाणीच आलं. मी त्याला हात जोडून नमस्कार केला.

त्याने लगेच माझे जोडलेले दोन्ही हात हातात घेतले आणि सांगू लागला.

"डॉक्टर, ताज हॉटेल हे टाटांचं आहे. त्यांच्या कर्मचाऱ्यांचा सगळा खर्च त्यांची मॅनेजमेंट कंपनीच करते. आता आमच्यासारखी साधी नोकरी करणारी माणसं कुठे किडनीच्या ऑपरेशनचा खर्च करू शकतात का? बाबा ताज हॉटेलला वेटर आहेत म्हणून त्यांचा इथला सगळा खर्च कंपनी करते. त्यामुळे मला हा खर्च आलाच नाही आणि म्हणूनच या औषधाचेही पैसे मला द्यावे लागले नाहीत. मी २ बाटल्या मागवल्या होत्या. ती दुसरी बाटली माझ्याजवळ ठेवली आहे. तुम्हाला जर परत हे औषध मिळालं नाही तर मला सांगा. नाहीतर माझ्या बाबांसाठी लागणारच आहे हे औषध."

"नाही रे बाबा, हे एवढं केलंस त्याचीच परतफेड कशी करू समजत नाही. आणखी काही करू नकोस बाबा. तुझे पैसे जरी खर्च नाही झालेत तरी

ही तुझी दुसऱ्यांना मदत करण्याची वृत्ती तुला खूप पुढे नेईल बघ. खूप मोठा होशील तू. आमचे आशीर्वाद कायम तुझ्या पाठीशी असतील."

"बस..मला आणखी काही नको डॉक्टर!"

तो हसत म्हणाला.

मला त्यावेळी विवेकानंदांनी म्हटलेलं माझं आवडतं वाक्य आठवलं.

'लोकसंख्या वाढली पण *माणसांची* संख्या कमी झाली.'

पण ह्या मुलामुळे मला आज खऱ्या अर्थाने एक 'माणूस' भेटला होता. खरं पाहिलं तर अशी किती तरी मोठ्या मनाची 'माणसं' आम्हाला या काळात भेटली होती. पण ती सगळी मला, संजीवनीला ओळखत होती किंवा आमचा काहीतरी संबंध होता त्यांच्याशी. पण इथे तसं काहीच नव्हतं. माझं साधं नावही या 'माणसाला' माहीत नव्हतं. त्यावेळी मला त्याचं तर कौतुक वाटलंच पण याही गोष्टीचं नवल वाटलं की काही लोकं त्यांच्याही नकळत अप्रत्यक्षरीत्या कुणाची तरी मदत करत असतात आणि त्यांना हे माहीतही नसतं. आता त्या ताज हॉटेलच्या मॅनेजरला माहीतही नव्हतं की तो कुणासाठी औषध मागवतो आहे आणि टाटांबद्दल तर बोलावं तेवढं कमीच आहे. इतरांचा विचार करून जगणारी त्यांच्यासारखी माणसं हल्ली कुठेही सापडत नाहीत.

******

३० तारखेला अण्णा खामगांवला निघून गेले होते. एक तर इथे त्यांच्या राहण्याची काही सोय नव्हती आणि आता अँटॉप हिलला कुणीच नसल्याने तिथेही जाता येत नव्हतं. संजीवनी आयसोलेशनमध्येच होती. मी रोज तिला दाराच्या काचेतून बघत असे. पण यावेळी त्या काचेतून मला संजीवनी बरी होताना दिसत होती. तिची प्रगती लक्षात येण्यासारखी होती. तिच्याबरोबरीने मलाही हळूहळू जिवंत होत असल्याचं जाणवत होतं. आयसोलेशनचे ७ दिवस संपले आणि संजीवनीला स्पेशल रूममध्ये आणलं. पण अजून संजीवनीला स्वतःची कामं करण्याचीसुद्धा परवानगी नव्हती. तिने पूर्ण

आराम करणं खूप गरजेचं होतं. त्यामुळे रूममध्ये तिच्यासाठी २४ तास नर्सेस होत्या. म्हणजे १२-१२ तासांच्या २ नर्सेस होत्या. संजीवनीची ही रूम मात्र खास संजीवनीसाठी नव्हती. त्या रूममध्ये आणखी एक पेशंट होता. दोन बेड्सच्यामध्ये एक पडदा टाकून एकाच खोलीचे २ भाग केलेले होते.

इकडे अक्कांचीही तब्येत झपाट्याने सुधारत होती. अक्कांना तसा आता काही त्रास नसल्याने त्यांना हॉस्पिटलमधून घरी पाठवण्याचे ठरले. त्यांचे टाके काढले आणि त्यांना घरी जाण्याची परवानगी मिळाली. पण नुकतंच ऑपरेशन झालेलं असल्यामुळे आणि अजूनही त्यांचा पाय पूर्णपणे बरा झालेला नसल्यामुळे त्या वर्ध्यापर्यंत प्रवास करू शकत नव्हत्या. शिवाय त्यांना आठच दिवसांनी फॉलोअपसाठी बोलावलं होतं. मग कांतमामा म्हणून आमचे एक नातेवाईक आहेत, त्यांची मुलगी चित्रा त्यावेळी मुंबईला नालासोपाऱ्याला रहायची. ती व तिचे यजमान आम्हाला भेटायला यायचेच हॉस्पिटलला. ते म्हणाले की आमच्याकडे रहा ८ दिवस. मग अक्का आणि प्रमोद तिच्याकडे रहायला गेले. माझा विद्यार्थी मंगेश पंडित त्या दोघांना तिथपर्यंत सोडायला गेला होता.

साधारण ३-४ दिवस संजीवनीसाठी नर्सेस होत्या. मग संजीवनीची प्रगती बघून अजित सर म्हणाले,

"ती आता पुष्कळ बरी झाली आहे. तिचा त्रासही आता खूप कमी झाला आहे. तर माझ्यामते तिला आता २४ तास नर्सेसची गरज नाही. तुमच्यापैकी कुणी येऊन तिच्याजवळ थांबू शकत असेल तर आपण रात्रीची नर्स कमी करू शकतो. तुम्ही विचार करा यावर आणि ठरवा काय ते."

मला आणि संजीवनीला दोघांनाही ते पटलं. सुरेखा अक्कांसाठी मुंबईला थांबलीच होती. ती लगेच म्हणाली,

"नाना, आपण दोन्ही नर्सेस कमी करू. मी थांबेन दिवसा वहिनींबरोबर, तुम्ही रात्री थांबा."

मग दिवसा सुरेखा हॉस्पिटलला थांबायची. तोवर मी अँटॉप हिलला जाऊन आवरून यायचो. मग रात्रभर मी हॉस्पिटलला थांबायचो आणि सुरेखा रात्री अँटॉप हिलच्या फ्लॅटवर जायची. सुरेखाच्या जाण्यायेण्याची जबाबदारी माझा विद्यार्थी दिलीप कदम ह्याने घेतली होती.

संजीवनीला स्पेशल रूममध्ये येऊन ७ दिवस होत आले होते. अक्कांचं चेकअप झालं. अक्कांना आता प्रवास करायला परवानगी मिळाली होती पण संजीवनीला डिस्चार्ज मिळाल्या शिवाय अक्का मुंबईबाहेर जायला तयार नव्हत्या. मग चेकपनंतर त्या अण्णांचे मित्र बावसे ह्यांच्या मुलीकडे रहायला गेल्या.

१२ ऑक्टोबरला सकाळी संजीवनीला घरी जाण्याची परवानगी मिळाली.

मी आता हॉस्पिटलचं बिल किती येतं या चिंतेत होतो. पण संजीवनी बरी झाली या आनंदापुढे ती चिंता काहीच नव्हती. मी बिलिंग डिपार्टमेंटला गेलो तर तिथल्या कर्मचाऱ्याने माझ्या हातात काही हजारांचं बिल ठेवलं.

मला वाटलं नक्कीच काहीतरी चुकलं आहे.मी लगेच ते बिल परत केलं.

"साहेब, हे बिल परत तपासता का? मला वाटतं काहीतरी गोंधळ झाला आहे."

"तुम्ही डॉ.वडोदकर ना?"

"हो साहेब."

"मग बरोबर आहे डॉक्टर हे बिल."

"पण.."

"डॉक्टर, अजित सरांनी त्यांची फी घेतली नाही म्हणून इतर डॉक्टरांनी पण घेतली नाही. हे चार्जेस ओ.टी.आणि इतर काही गोष्टींचे आहेत."

मी थक्क होऊन बघत होतो. त्यावेळी लोक डॉक्टरला देव का म्हणतात हे मला कळलं. मी ते पैसे भरले आणि रूमकडे निघालो. सगळं आवरलं

आणि थोडा वेळ होता म्हणून मी आवर्जून त्या दुबईहून औषध आणून देणाऱ्या मुलाला भेटायला गेलो. पण तो जेवायला गेला होता की काय माहीत नाही. त्याची आणि माझी काही परत भेट होऊ शकली नाही.

संजीवनीला हॉस्पिटलमधून घरी जायला सांगितलं होतं पण अजूनही तिला खामगांवपर्यंतच्या प्रवासाची परवानगी नव्हती. आम्हाला पुढचे साधारण ३ महिने मुंबईलाच रहावं लागणार होतं. याला २ कारणं होती. एक म्हणजे संजीवनीला कुठल्याही प्रकारचं इंफेक्शन(संसर्ग) होऊन चालणार नव्हतं आणि दुसरं म्हणजे आम्हाला पुढचे ३ महिने दर आठवड्याला फॉलोअपसाठी जावं लागणार होतं. मग अजित सरांच्या सांगण्यावरून आम्ही परत त्यांच्या अँटॉप हिलच्या फ्लॅटवर रहायला जाण्याचं ठरवलं.

आम्ही तसं ठरवल्यावर मग अक्का वर्ध्याला जायला तयार झाल्या. त्याच आठवड्यात दिवाळी होती. मग आम्ही अक्कांना सुचवलं की असंही वर्ध्याला जाऊन दिवाळीचं काहीही करता येणार नाही मग तिथे जाण्यापेक्षा खामगांवला जा, मुलांना पण तिथे बोलवून घ्या. तिथे उमेश, अमृता, सिंधूबाई सगळेच आहेत. दिवाळी तिथे साजरी करा आणि मग वर्ध्याला जा. त्यांना ते पटलं. मग सुरेखादेखील त्यांच्याबरोबरच खामगांवला गेली.

डिस्चार्ज घेऊन आम्ही अँटॉप हिलला परत रहायला आलो त्याच दिवशी धनत्रयोदशी होती. आम्हाला दिवाळीचं काहीही करणं शक्यच नव्हतं. खामगांवला आम्ही सगळे मिळून दिवाळी साजरी करायचो. ती आमची लग्नानंतरची पहिली दिवाळी होती ज्यावेळी आम्ही दोघेही खामगांवला नव्हतो. पहिल्यांदा मुलं दिवाळीला आमच्याशिवाय होती म्हणजे बाकी सगळे होतेच पण आम्ही दोघे नाही. मग अजित सरांनी स्वतः लक्ष्मीपूजनाला आमच्यासाठी दिवाळीची मिठाई आणून दिली होती.

मग अक्का खामगांवहून दिवाळी करून वर्ध्याला गेल्या. ऑपेरेशननंतर जवळ जवळ सव्वा महिना आम्ही अँटॉप हिलला राहिलो. डिस्चार्जनंतर

सुरुवातीला २-३ दिवसाआड चेकअपसाठी जावं लागायचं. नंतर दर आठवड्याला संजीवनीचं चेकअप होत होतं.

खरं तर आम्हा दोघांनाही वाटत होतं की आता सगळं ठीक झालं आहे तर इथे कशाला रहायचं? खामगांवहून जाणंयेणं करू. पण अजित सर आणि डॉ.कृपलानी दोघांनाही पूर्ण खात्री झाल्याशिवाय आम्हाला तिथून निघायला परवानगी नव्हती.

नोव्हेंबरच्या शेवटच्या आठवड्यात संजीवनीची प्रगती बघून तिला प्रवास करण्याची परवानगी मिळाली. आम्हाला अतिशय आनंद झाला. आम्ही तयारीला लागलो पण डॉ.कृपलानींनी फॉलोअपसाठी पंधराच दिवसांनी बोलावलं. तेवढ्या वेळात खामगांवला जाऊन येणं शक्य नव्हतं.

पण आता आम्हाला थोडा बदल हवा होता. इतके महिने सतत खूप ताण होता दोघांच्याही मनावर. मुंबईच्या बाहेर पडावंसं वाटत होतं. मग मनुवहिनी आम्हाला एवढंही म्हणाल्या होत्या की काही दिवस त्यांच्या लोणावळ्याच्या बंगल्यावर जाऊन रहा. पण आम्ही त्याला नाही म्हटलं. शेवटी आम्ही पुण्याला संजीवनीच्या मैत्रिणीकडे विजयाकडे जायचं ठरवलं.

डिसेंबरची ३ किंवा ४ तारीख असेल. आम्ही सगळी तयारी केली. मुंबई पुणे ट्रेन होतीच. आम्ही मुंबईहून पुण्याला निघालो. खरं तर विजयाचा धड पत्ताही नव्हता आमच्याकडे त्यामुळे तिला न कळवताच आम्ही तिच्याकडे गेलो. पुण्यापर्यंत आम्हाला कदमने सोडलं. पुण्यात गेल्यावर कसंबसं तिचं घर शोधलं. आम्हाला बघून ती खूप खूष झाली. असं न कळवता जाऊनसुद्धा तिने आमची सगळी सोय अतिशय उत्तमरीत्या केली. संजीवनीचं सगळं पथ्यपाणी तिने सांभाळलं. तिला इंफेक्शन होऊ नये म्हणून आम्हाला वेगळी रूम दिली. आमचं सगळं वेगळं ठेवायची. संजीवनीचं सगळं अगदी सख्ख्या बहिणीसारखं केलं तिने. संजीवनीला प्रवासाची परवानगी मिळालेली असल्याने चेकअपनंतर लगेच मुंबईहूनच आम्ही खामगांवला जायचे ठरवले. आम्हाला नेमकी २० डिसेंबरची अपॉइंटमेंट मिळाली होती आणि त्याच

दिवशी रात्रीचं तिकीटही मिळालं. हा २० तारखेचा योगायोग खरंच आश्चर्य वाटावा असाच होता. मग चेकअपच्या दिवशी म्हणजे २० डिसेंबरला सकाळीच आम्ही परत मुंबईला गेलो.

२० डिसेंबर खामगांव_____

मुंबईला पोहचल्यावर आम्ही तिथेच वेटिंग रूममध्ये थांबलो. विजूने आमच्यासाठी जेवणाचा डबा दिलाच होता. वेटिंगमध्येच जेवलो. आमची अपॉइंटमेंट संध्याकाळची होती. त्यानुसार आम्ही बॉम्बे हॉस्पिटलला पोहचलो. त्या दिवशी सकाळपासूनच एक वेगळाच उत्साह जाणवत होता. कुठलाही ताण नव्हता, चिंता नव्हती. सात महिन्यांनी आम्ही परत आमच्या घरी जाणार होतो. आता फक्त डॉ.कृपलानींनी 'सगळं ठीक आहे' म्हटलं की मिळवलं.

डॉ.कृपलानींनी संजीवनीला तपासलं. संजीवनीचं सगळं एकदम नॉर्मल होतं. ते खूप खूष झाले. मग त्यांनी आम्हाला सांगितलं की आता पुढचे सहा महिने दर महिन्याला तपासणीसाठी यायचं. आम्ही निघताना त्यांचे खूप खूप आभार मानले.

आमच्या गाडीला अजून बराच वेळ होता म्हणून आम्ही तिथूनच कॉलनीला जायचं ठरवलं. जाण्यापूर्वी अजित सर आणि मनुवहिनींना न भेटता जाणं अशक्य होतं.

तिथे गेल्यावर नेहमीप्रमाणेच अतिशय उत्साहात मनुवहिनींनी आमचं स्वागत केलं. संजीवनीला असं स्वतःच्या पायांवर उभं राहिलेलं बघून त्यांना खूप आनंद झाला. मग थोड्या वेळाने अजित सरही आले संजीवनीला भेटायला. थोडा वेळ बसून आम्ही त्या दोघांनाही नमस्कार केला. त्यांचे आशीर्वाद घेतले. जाताना दोघांनीही आवर्जून आम्हाला सांगितलं की दरवेळी तपासणीला आलात की आधी कॉलनीला यायचं, ताजं जेवण जेवायचं आणि मगच बॉम्बे हॉस्पिटलला जायचं. आम्ही त्यांचं हे म्हणणं मान्य केलं आणि तिथून निघालो.

कॉलनीतून बाहेर पडत असताना मला आम्ही इथे आलो तो दिवस आठवू लागला. इथे आलो तेव्हा संजीवनीची अवस्था काय होती आणि आज इथून बाहेर पडताना ती स्वतःच्या पायांवर चालत जाते आहे!

बाहेर पडल्यावर मागे वळलो आणि त्या वास्तूला हात जोडले. मनोमन त्या वास्तूचे आभार मानले. इतके महिने या वास्तूने आम्हाला आधार दिला होता. आमच्यासारखे कितीतरी लोक या वास्तूचा आधार घेऊन बरे होऊन..आपल्याबरोबर एक नवीन आयुष्य घेऊन इथून बाहेर पडले असतील..!! ही वास्तू अशीच अनेक जणांना जीवनदान देत राहो..!!

आमची गाडी रात्री उशिरा होती. दिलीप कदम आमच्याबरोबर खामगांवपर्यंत येणार होता. आम्ही गाडीच्या वेळेच्या बरंच आधी स्टेशनवर पोहचल्यामुळे परत तिथे वेटिंगमध्येच थांबलो. थोड्या वेळात दिलीप कदम पण आला. त्याने आमच्यासाठी जेवणाचा डबा आणला होता. संजीवनीला त्यावेळी एक औषध दुधातून घ्यावं लागत असे. ते लक्षात ठेऊन त्याने एका थर्मासमध्ये दूधही आणलं होतं. मग आम्ही तिघेही तिथेच वेटिंगमध्ये जेवलो. थोड्या वेळाने गाडी आली. आम्ही सामान घेऊन आमच्या जागेवर जाऊन बसलो. कधी एकदा गाडी सुटते असं झालं होतं.

शेवटी एकदाची गाडी सुटली. मी मनोमन मुंबईचे आभार मानले. असं म्हणतात की मुंबई कधीही कुणालाही रिकाम्या हाताने परत पाठवत नाही. आम्हालाही खूप काही दिलं होतं मुंबईने. चांगले-वाईट अनुभव, आयुष्य इतक्या जवळून पाहण्याची संधी, आणि ते किती मौल्यवान आहे याची जाणीव.

खरंच..किती सहज मिळतं आपल्याला आयुष्य..आणि तेही न मागता. पण आपण खूप गृहीत धरतो त्याला. पण जेव्हा ते हातातून निसटून जाईल की काय अशी वेळ येते तेव्हा आपले डोळे उघडतात. खासकरून तेव्हा..जेव्हा ते आयुष्य आपल्या साथीदाराचं असतं आणि ते

वाचवण्यासाठी आपण आपल्या जिवाचा आटापिटा करतो. फार अवघड असतं हे सगळं!

"अहो, काय झालं? कसला विचार करत आहात एवढा?"

संजीवनीच्या आवाजाने मी भानावर आलो.

"काही नाही, मुंबईला आलो तेव्हा आणि आता मुंबई सोडतो आहे तेव्हा काय आणि किती फरक पडला आहे आपल्या आयुष्यात याचा विचार करतो आहे."

संजीवनी त्यावर लगेच काही बोलली नाही.

थोडा वेळ विचार करून म्हणाली,

"मला तर कळतंच नाही आहे की नवीन आयुष्य मिळालं म्हणून आनंद मानायचा की जुनं आयुष्य परत कधीही जगता येणार नाही म्हणून दुःख मानायचं."

मी या बोलण्यावर निःशब्द झालो होतो.

"खरं आहे तुझं म्हणणं. पण आता तो विचार करू नकोस. आता आपण परत आपल्या घरी निघालो आहे. आपलं आयुष्य आपण परत नव्याने सुरू करू."

संजीवनी त्यावर फक्त हसली आणि आम्ही दोघेही झोपी गेलो.

मुंबईहून निघालो तेव्हा डिसेंबर महिना असून म्हणावी तशी थंडी वाजत नव्हती. पण आम्ही गरम कपडे वरच ठेवले होते. जसजसं शेगांव जवळ येऊ लागलं तसतशी थंडी वाढू लागली. संजीवनीने लगेच गरम कपडे घातले. परतीच्या प्रवासात आम्हा दोघांच्याही मनात सगळ्या भावनांचं मिश्रण झालं होतं. घरी परतण्याचा आनंद, मुलांना भेटण्याची उत्सुकता, भविष्याबद्दलची शंका, लोकांचे पैसे लवकरात लवकर परत करण्याची चिंता..आणि बरंच काही..!!

या सगळ्या भावनांचं गाठोडं घेऊन आम्ही शेगांवला पोहचलो. डॉ.बाबा कवीश्वरांची गाडी आलीच होती आम्हाला घ्यायला. त्यात पटापट

सामान भरून आम्ही खामगांवकडे निघालो. आता मात्र कधी एकदा खामगांव येतं आणि आपण सगळ्यांना बघतो असं झालं होतं. मनातल्या मनात चित्रंही रंगत होती.

'आपल्याला बघताच दिपू कशी धावत येईल..समीरला किती आनंद होईल..सोनू अभ्यास करत बसलेली असेल का? शेजारच्यांना एव्हाना कळलं असेल आम्ही येतो आहे ते.'

शेवटी एकदाचं घर आलं! घरासमोर गाडी थांबली. उमेश बाहेरच वाट पाहत थांबला होता. अमृता पण ओवाळायचं ताट घेऊन तयारच होती. तिने पोळीच्या तुकड्याने आम्हाला ओवाळलं आणि आम्ही आत गेलो. मुलं लगेच बाहेरच्या खोलीत आली. दिपू धावत माझ्याजवळ आली. मी तिला जवळ घेतो न घेतो तोच ती संजीवनीकडे धावत गेली. पण तिच्याजवळ जाण्यापूर्वीच दिपू एकदम थांबली. तिने संजीवनीला ओळखलंच नाही. संजीवनीने चेहऱ्याला हिरवा कागदी मास्क लावला होता. अंगावर सूज होती. अंगात गाऊन होता.

"ही आई आहे? अशी का दिसते आहे ही?"

आई खूप वेगळी दिसते आहे म्हणून दिपू संजीवनीजवळ गेलीच नाही. तोंडाला मास्क लावलेली, गाऊन घातलेली आई दिपूने कधीही पाहिली नव्हती.

मग तिचं अवघडलेपण कमी झाल्यावर थोड्या वेळाने ती संजीवनीजवळ गेली आणि म्हणाली,

"मला कडेवर घे."

"मी कडेवर नाही घेऊ शकत बाळा तुला. माझं ऑपरेशन झालं आहे की नाही? मग त्या डॉक्टरकाकांनी मला असं कडेवर घ्यायला नाही सांगितलं."

आई कडेवर घेत नाही म्हणून दिपू रडायला लागली. मग संजीवनीने तिला एका पलंगावर उभं राहायला सांगितलं आणि तसं जवळ घेतलं. तेव्हा कुठे ती शांत झाली.

संजीवनीसाठी खामगांवच्या घरातली एक खोली तयार ठेवली होती. घराच्या मागच्या बाजूला स्वयंपाकखोलीला लागून असलेली खोली अगदी स्वच्छ करून त्यात २ पलंग ठेवले होते. ही तीच खोली जिथे संजीवनी डिलीव्हरीज करायची. बाहेरील कुणालाही त्या खोलीत येण्याची परवानगी नव्हती. घरातील लोकांनीही हात पाय धुवूनच त्या खोलीत जायचं. हे सगळं दरवेळी करणं मुलांसाठी खूप अवघड होतं. पण त्या दिवशी मुलांनी ते कटाक्षाने पाळलं. संजीवनीला आरामाची खूप गरज होती. थंडीचा इतका प्रवास करून आल्यावर तिला काही इंफेक्शन होत नाही ना यावर लक्ष ठेवणं गरजेचं होतं. पण तिला काहीही त्रास नव्हता. फक्त ती खूप थकली होती. मग सिंधूबाईंनी गरम गरम जेवण वाढलं.

रात्रीचं जेवण झाल्यावर आम्ही दोघेही लगेच झोपलो. नेहमीप्रमाणे दिपूही आलीच तिच्या उशीवर झोपायला. आज मात्र आम्ही दोघेही खूप खूष आणि समाधानी होतो.

पैशांची सोय

या पूर्ण प्रवासात आम्हाला सगळयात जास्त कशाचा अनुभव आला असेल तर तो म्हणजे माणुसकीचा. माणुसकीचा सोहळाच बघितला आम्ही असं म्हणायलाही हरकत नाही. इतके हात आमच्या मदतीला येतील याची कल्पनाही नव्हती आम्हाला. ज्याला जसं आणि जेवढं जमेल तसं आणि तेवढं केलं सगळयांनी.

आम्हाला सगळयात जास्त गरज साहजिकच पैशांची होती. भाऊंनी मदत केलीच. शिवाय किशोर, उमेश यांनीही खामगांवच्या सगळया खर्चात हातभार लावला. माझ्या बहीण भावांनी बरीच आर्थिक मदत केली. विनोद आणि प्रमोदची पण खूपच मदत झाली. माझे विद्यार्थी तर होतेच.

त्यावेळी माझ्या जळगांव जामोदच्या पेशंट्सने सुद्धा त्यांची थकीत बिलं किशोरजवळ आणून जमा केली. आमचा मुंबईचा खर्च माझे विद्यार्थी आणि डॉ.अजित फडके यांच्यामुळे खूप कमी झाला होता. पण मी सगळया खर्चाची आणि कुणी किती पैसे दिलेत याची नोंद ठेवत होतो.

आम्ही दोघेही डॉक्टर्स असल्याने आम्हाला डायलिसीसच्या बिलात थोडी सूट मिळायची. पण तरीही दर २ दिवसांआड डायलिसीस, प्रॅक्टिस नाही, उत्पन्न शून्य. या परिस्थितीत डॉ.अजित फडकेंनी आम्हाला खूप मदत केली. आमचा मुंबईला राहण्याचा आणि जेवणाचा बराचसा खर्च त्यांच्यामुळे कमी झाला होता. पण तरीही इतर खर्च होतेच. डायलिसीस, औषधं, हॉस्पिटलचे पैसे. पण सगळयांच्या मदतीने तोही प्रश्न मिटला.

त्यावेळी आजच्यासारखे मेडिक्लेम नव्हते किंवा आम्हाला तरी त्याची माहिती नव्हती.

आम्ही खामगांवला येऊन सहा महिने झाले होते. एक दिवस अमरावतीहून प्रमोद संजीवनीला भेटायला आला. बोलता बोलता मी त्या

अचानक येऊन पैसे देणाऱ्या तरुणाची गोष्ट त्यालाही सांगितली. त्याचं नाव सांगितल्यावर प्रमोदच्या काहीतरी लक्षात आलं.

तो एकदम म्हणाला,

"त्यागराजन?..एअर इंडिया?..रमेशराव..अहो तो माझा मित्रच आहे. मी आणि तो मुंबईला एकाच बँकेत काम करत होतो. त्याने तिथे काही दिवस काम केलं आणि नंतर त्याला एअर इंडियामध्ये नोकरी लागली. मी त्याला पत्र लिहिलं होतं प्रभाताईच्या तब्येतीबद्दल आणि त्याला सांगितलं होतं की त्यांना काही पैसे लागले तर दे. ऑपरेशन झाल्यावर मी देतो तुला ते पैसे परत."

नऊ महिन्यांचा माझा शोध असा अचानक संपला होता. आपल्याला अशी इतक्या नेमक्या वेळी मदत करणारी व्यक्ती कोण होती हे नऊ महिन्यांनी मला कळलं होतं.

मी जवळजवळ ओरडलोच,

"काय..?? तुझा मित्र? अरे..नऊ महिने झाले मी विचार करतो आहे की कोण असेल तो. आधी एक काम कर. मला आत्ता लगेच त्याचा पूर्ण पत्ता लिहून दे."

त्याने मला पूर्ण पत्ता आणि फोन नं दिला. मग आम्ही पुढच्या महिन्यात जेव्हा मुंबईला चेकअपसाठी गेलो तेव्हा मी पोचल्यावर लगेच त्यांना फोन केला. तो फोन एका वयस्कर बाईने उचलला.

"हॅलो?"

"नमस्कार मॅडम, मी डॉ.वडोदकर बोलतो आहे. मला त्यागराजन ह्यांच्याशी बोलायचं आहे. आहेत का घरी ते?"

"त्यागराजन? माफ करा पण आता ते इथे राहत नाहीत."

"काय? पण मला हाच फोन नं दिला होता त्यांचा."

"बरोबर आहे. ते आधी याच घरात राहत होते. पण आता त्यांनी स्वतःचा फ्लॅट घेतला आहे. तो फ्लॅट कुठे आहे ते मला माहीत नाही पण

त्यांच्या बायकोने जाता जाता मला एक फोन नं दिला आहे. तो मी तुम्हाला देते. तुम्ही त्यावर फोन करून बघा."

"हो, हो..चालेल. मी लगेच लिहून घेतो. माफ करा माझ्यामुळे तुम्हाला त्रास झाला."

आणि त्या बाईने मला तो फोन नं दिला.

या सर्व प्रकारात १ वर्ष निघून गेलं. तो फोन नं मिळाल्यावर दुसऱ्या ट्रीपमध्ये मी वेळ वाया जाऊ नये म्हणून खामगांवहून पैसे घेऊनच निघालो. सकाळी मुंबईला पोहचल्यावर ८:००-८:३० ला त्या नं वर फोन केला. यावेळी त्यागराजननेच फोन उचलला.

मी त्यांना सगळं सांगितलं आणि म्हणालो,

"मी इतके महिने तुम्हाला शोधण्याचा प्रयत्न करतो आहे. तुम्ही मला तुमचा पत्ता सांगा. मी आत्ता कॅश घेऊन तुमच्याकडे येतो."

"डॉक्टर, मी खरंच तुम्हाला ओळखत नाही आणि दुसरं सगळ्यात महत्त्वाचं म्हणजे मी एवढी मोठी रक्कम घेऊन मुंबईच्या लोकलमध्ये कधीही गेलो नाही. तुमचा नक्कीच काहीतरी गैरसमज झाला आहे."

"तुमचं नाव त्यागराजन आहे आणि तुम्ही एअर इंडिया मध्ये काम करता ना?"

"हो..बरोबर आहे. पण मला खरंच आठवत नाही हो इतके पैसे दिल्याचं."

"आणि मी विसरू शकत नाही. तुम्ही मला पत्ता सांगा. मी आत्ता तुमच्या घरी येतो आणि ते पैसे परत करतो. माझ्याकडे तेवढे रोख पैसे आहेत आणि कदाचित मला बघून तुम्हाला आठवेल."

"बरं, तुम्ही इतकं म्हणत आहात तर मी देतो तुम्हाला पत्ता. या तुम्ही घरी. पण मी रोख रक्कम घेणार नाही. तुमचा एवढा आग्रहच असेल तर मला चेक द्या."

आता नेमकं माझ्याकडे त्यावेळी चेकबुक नव्हतं. म्हणजे आता ते परत पुढच्या ट्रीपवर गेलं.

"त्याचं काय आहे, मी नेमकं माझं चेकबुक आणलं नाही इथे. मला वाटलं रोख रक्कम देणं योग्य राहील. तुम्ही हे पैसे घेतलेत तर बरं होईल कारण नाहीतर ते पुढच्या वर्षी द्यावे लागतील. मी वर्षातून एकदाच येत असतो मुंबईला."

"हरकत नाही. तुम्ही पुढच्या ट्रीपमध्ये द्या मला चेक. पण मी रोख रक्कम घेऊ शकणार नाही. त्याबद्दल मला माफ करा."

"ठीक आहे. थँक यु. मी बघतो काय करता येईल ते."

याही ट्रीपमध्ये ते काम झालं नाही.

काही महिन्यांनी खामगांवलाच एका लग्नसमारंभात प्रमोदशी परत भेट झाली. त्याला घडलेला प्रकार सांगितला. तो म्हणाला,

"रमेशराव, तुम्ही काळजी करू नका. तुमच्याजवळ असतील तर माझ्याकडे द्या पैसे. मी पाठवतो त्याला."

"माझ्याकडे नाहीत आत्ता तेवढे पैसे. पण मी लगेच जाऊन काढून आणतो."

मी पैसे काढून आणले आणि त्याला दिले.

"ठीक आहे रमेशराव. त्याला पैसे पाठवले की मी तुम्हाला दोन्ही पावत्या पाठवतो, पैसे पाठवल्याची आणि त्याला मिळाल्याची."

तिथून गेल्यावर काही दिवसांनी प्रमोदने पैसे पाठवल्याची पावती अन तिचा नं मला पाठवला.

मग एक दिवशी मला त्यागराजनचंच पत्र आलं. त्या पत्रात त्यांनी सगळा खुलासा केला होता की नेमका काय गोंधळ झाला होता ते.

झालं असं होतं की प्रमोदने त्याला पत्राने कळवलं होतं संजीवनीबद्दल आणि सांगितलं होतं की ती भरती आहे. पण पत्र त्यांच्या घरी पोहचलं

त्यापूर्वीच हे सगळे ३ महिन्यांच्या सुटीसाठी केरळला निघून गेले होते. तीन महिन्यांनी ते तिथून त्यांच्या बायकोच्या भावाला घेऊन आले.

त्यागराजननी नवीन घर घेतलं होतं. साळ्याच्या मदतीने ते सगळे लगेच नवीन घरात रहायला गेले. नंतर त्यांची बायको त्यांना म्हणाली की आता सगळं झालं, सुटी झाली, नवीन घरात रहायला आलो. आता तुमच्या मित्राचं पत्र आलं आहे ते बघा आणि त्यांच्या बहिणीला काय मदत हवी आहे ती करा. निदान त्यांची तब्येत कशी आहे जाऊन बघून या. ते म्हणाले की सुटीवरून आल्यावर माझा कामाचा भार खूप वाढला आहे. मला हे करणं शक्य नाही. तूच बघ तुला जमत असेल तर. नाहीतर तुझ्या भावाला पाठव.

मग त्यांच्या बायकोनेच ते पत्र वाचलं. ती लगेच बँकेत गेली आणि २५,०००/- काढून आणले.

योगायोग असा की नेमकी त्या दिवशी २५ सप्टेंबर तारीख होती!

संजीवनीच्या ऑपरेशनचा आदला दिवस!

प्रमोदने पत्रात कॉलनीचा पत्ता लिहिलाच होता. तिने तिच्या भावाकडे ते पैसे आणि पत्ता दिला. तो मुंबईमध्ये नवीनच होता पण सगळीकडे विचारत विचारत रेल्वेनी बरोबर कॉलनीला पोहचला. तिथे त्याला कळलं की संजीवनीला सकाळीच बॉम्बे हॉस्पिटलला भरती केलेलं आहे. त्याने तिथे सगळी चौकशी केली की बॉम्बे हॉस्पिटलला कसे जायचे. तेव्हा संध्याकाळचे ६:०० वाजले होते. तरीही तो बॉम्बे हॉस्पिटलला यायला निघाला. खरं तर एवढी मोठी रक्कम घेऊन मुंबईच्या लोकलमधून येणं हे धोकादायक होतं. पण तो आला. त्याला तिथे येऊन माझ्यापर्यंत पोहचायला ८:३० वाजले. त्याने त्याचं नाव त्यागराजन असं सांगितल्याने हा सगळा गोंधळ झाला होता. तोवर खऱ्या त्यागराजनना हे काहीही माहीत नव्हते.

हे सगळं कळल्यावर मला खूपच आश्चर्य वाटलं. याला योगायोग म्हणावं की आपलं नशीब हेच कळेना मला. त्या बाईला तरी २५ तारखेलाच पैसे काढावेसे का वाटले असतील? त्यांचा भाऊसुद्धा एवढी मोठी रक्कम

घेऊन मुंबईच्या लोकलमध्ये प्रवास करण्यास का तयार झाला असावा? त्याला वाटलं असतं तर तो कॉलनीतूनच घरी जाऊ शकला असता. रात्रीचं कुठं पत्ता शोधत बॉम्बे हॉस्पिटलला जायचं? उद्या जाऊ, असंही करू शकला असता आणि इतक्या नेमक्या वेळी बरोबर कसा पोहचला? हे सगळं सामान्य माणसाला समजण्याच्या पलीकडलं आहे. खरंच आहे, काही प्रश्नांचं उत्तर कधीच सापडत नाही.

ऑपरेशन नंतरचं आयुष्य_____

मुंबईहून परत आल्याचा आनंद झालाच होता पण आता आम्हाला परत एकदा शून्यातून विश्व निर्माण करायचं होतं. तेही संजीवनीची तब्येत सांभाळून.

संजीवनीसाठी तर खरी लढाई आता सुरू झाली होती. ती आजारी होती तोवर आम्ही सगळे होतोच तिच्या बरोबर. पण आता इथून पुढे तिला तिच्या नवीन आयुष्यात असंख्य बदल करावे लागणार होते. तिचं पुढचं संपूर्ण आयुष्य आता ती स्वतःची कशी आणि किती काळजी घेते यावर अवलंबून असणार होतं.

संजीवनीची प्रॅक्टिस पूर्णपणे बंद होती. ऑपरेशननंतरची पहिली ५ वर्षं तिला दवाखान्यात जाण्याचीसुद्धा परवानगी नव्हती. कुठल्याही पेशंटच्या जवळसुद्धा जायचं नाही. अगदी मुलांना जरी ताप आला तरी त्यांना जवळ घ्यायला देखील तिला चालत नव्हतं.

शिवाय पथ्यपाणी खूप होतं.

२० मिनिटे उकळलेलंच पाणी प्यायचं. त्यासाठी तिचं वेगळं पातेलं आणि भांडं होतं. त्याला इतर कुणीही हात लावत नव्हतं. फ्रिजमध्येही तिचा वेगळा कप्पा होता. बाहेरचं असंही फारसं खात नव्हतोच पण घरी बनणाऱ्या पदार्थांमध्येही बरेचसे पदार्थ खाणं बंद करावं लागलं. आंबट खायचं नाही, गोड कमी खायचं किंवा खायचंच नाही.कच्ची काकडी, गाजर, टोमॅटो खायचे नाही. कुठलीही भाजी शिजवूनच खायची. भात खायचा नाही.

कुठलंही थंड पेय प्यायचं नाही. कारण त्यात वापरलेलं पाणी उकळलेलं नसतं. चहा गाळतानासुद्धा आधी माझ्या कपात चहा गाळायचा म्हणजे गाळणी निर्जंतुक होते. मग तिच्या कपात चहा गाळायचा.

एवढंच काय तर प्रत्येक चहा, नाश्ता, जेवण ज्यात प्यायचं किंवा खायचं आहे तो कप, ताट, पेला सगळं आधी तिच्या २० मिनिटे उकळलेल्या पाण्याने धुवून घ्यायचं. त्यात जंतुसंसर्ग होऊ नये म्हणून ते कोरडं न करता तशाच ओल्या ताटात जेवण वाढून ते खायचं त्यामुळे तिची पहिली वाढलेली पोळी हमखास ओली होत असे.

संजीवनीला आता वेदनाशामक औषध घ्यायलादेखील परवानगी नव्हती. त्यामुळे कितीही डोकं दुखलं किंवा काही लागलं तरीही तिला ते सहन करावं लागणार होतं. सततच्या औषधांनी तिच्या दातांवर आणि त्वचेवर परिणाम होणार होता म्हणून रोज दात घासल्यानंतर एका विशिष्ट औषधाने तिला चूळ भरावी लागत असे. त्वचेवर रात्री झोपताना न विसरता व्हॅसलीन पेट्रोलियम जेली लावावी लागत असे.

दर महिन्याला ब्लड युरीन तपासणी करावी लागायची. तोंडाला पहिले सहा महिने सतत मास्क लावायला सांगितला होता. तो मास्क बघून आजूबाजूची लहान मुलं दिपूला चिडवायची. ती रडत आली की संजीवनी दरवेळी तिला शांतपणे समजावून सांगायची.

आम्ही मुंबईला होतो तेव्हा सोनाली दहावीला होती. सोनालीच्या इतक्या महत्त्वाच्या वर्षी आम्ही दोघेही तिच्याजवळ नव्हतो याचं संजीवनीला फारच वाईट वाटायचं. तिला खरं तर संजीवनीने मार्चमध्येच नागपूरला क्लास लावून दिला होता पण तिच्याच तब्येतीमुळे सोनालीला खामगांवला परत जावं लागलं होतं. सोनाली खामगांवला परत आल्यावरही सगळ्या शिकवण्या लावलेल्या होत्या. आम्ही परत आल्यावर दोन तीन महिन्यांतच तिची दहावीची बोर्डाची परीक्षा होती. परत आल्यावर मी दवाखान्यात आणि कॉलेजमध्ये पूर्णपणे गुंतलो होतो. संजीवनीचा विषयही आता मलाच कॉलेजमध्ये शिकवायचा होता. त्यामुळे सोनालीच्या अभ्यासाकडे आम्हा दोघांनाही लक्ष देता आलं नाही. तिचा तीच सगळा अभ्यास करायची. आम्ही दर महिन्याला मुंबईला जायचो तेव्हा संजीवनी

सोनालीला सगळा अभ्यास देऊन जायची. पण आधीसारखं सोनालीबरोबर बसून अभ्यास करणं संजीवनीला आता शक्य नव्हतं.

परीक्षेचा निकाल लागला आणि सोनालीला अपेक्षेपेक्षा खूपच कमी मार्क्स पडले. संजीवनी अतिशय हताश झाली. तिच्या मनात अपराधीपणाची भावना आली. तिच्या तब्येतीमुळेच सोनालीचं नुकसान झालं असं तिला वाटू लागलं. तिने सोनालीला मात्र कधीच यासाठी दोष दिला नाही की विचारलंही नाही की तू वर्षभर काय केलंस? संजीवनीला हेच वाटत राहिलं की जर तिचं ऑपरेशन झालं नसतं तर आज सोनालीचा निकाल वेगळा आणि जास्त चांगला लागला असता. संजीवनी कायमच मुलांच्या अभ्यासाबाबत खूपच जागरूक होती. ती सुरुवातीपासूनच मुलांच्या अभ्यासात स्वतःला पूर्णपणे झोकून द्यायची. ती मुलांसाठी किती मेहनत घेते हे मुलांच्या शिक्षकांनासुद्धा माहीत होतं आणि तिच्या ऑपरेशनबद्दल तर जवळपास पूर्ण खामगांवला माहीत झालं होतं. त्यामुळे सोनालीला अकरावीला हव्या त्या शाळेत हव्या त्या शाखेत प्रवेश मिळाला. म्हणजे ऑपरेशननंतरही आम्हाला लोकांची मदत होतच होती.

ऑपरेशनला जेमतेम एक वर्ष पूर्ण होत होतं आणि २१ जून १९९१ ला जयंतराव ब्रेन हॅमरेज (मेंदूमध्ये रक्तस्त्राव) होऊन देवाघरी गेले. त्यावेळी त्यांची मोठी मुलगी माधवी हिने फायनल इयरची परीक्षा दिली होती आणि नोकरी शोधत होती. मधला मिलिंद १८ वर्षांचा होता आणि धाकटा मनोज सोनालीपेक्षा एक वर्ष लहान होता आणि नुकताच दहावीला गेला होता. मग अक्कांना आधार आणि सोबत म्हणून अण्णा वर्ध्याला रहायला गेले. माधवीला वर्ष सहा महिन्यातच नोकरी लागली.

इकडे सोनालीचं सगळं सुरळीत सुरू झालं. आमचं मुंबईला जाणं आता दर महिन्याऐवजी दर तीन महिन्यांनी सुरू झालं. संजीवनीला बरीच औषधं घ्यायला लागायची. दिवसाच्या जवळपास पंधरा गोळ्या असायच्या तिच्या. तिने तिच्या औषधांसाठी एक डायरीच केली होती. त्यात ती सगळं लिहून

ठेवत असे. कुठली गोळी केव्हा आणि किती घायची वगैरे. संजीवनी तिच्या तब्येतीच्या बाबतीत कुठलाही धोका पत्करायला आता तयार नव्हती. तिचं पथ्यपाणी ती अतिशय काटेकोरपणे पाळत असे. ज्या गोष्टीने तिला संसर्ग होण्याची शक्यता असेल ती गोष्ट संजीवनी कधीच करत नसे.

ऑपरेशनला आता २ वर्षं होत आली होती. आता आम्हाला दर सहा महिन्यांऐवजी वर्षातून एकदा तपासणीला जावे लागत असे. संजीवनीची तब्येत आता पुष्कळ बरी झाली होती. तरीही तिचं पथ्यपाणी आणि इतर गोष्टी तशाच सुरू ठेवायच्या होत्या. आता ती बाहेर जातानाही मास्क लावत नव्हती. सोनालीचं परत एकदा महत्त्वाचं वर्ष सुरू झालं होतं. दहावीची कसर आता बारावीला भरून काढायची होती. संजीवनी देखील आता सोनालीकडे लक्ष देण्याइतपत बरी झाली होती.

पण एक दिवस सोनालीने घरातली अडगळीची जागा स्वच्छ केली आणि त्याची धूळ नाकातोंडात जाऊन तिला खूप कफ झाला. आम्हाला वाटलं काही दिवसांत कमी होईल. पण तो वाढतच होता. सोनाली सकाळी ४ वाजेपर्यंत खोकतच बसायची. मग मात्र आम्ही तिच्या सगळ्या तपासण्या केल्या तेव्हा कळलं की तिच्या फुफ्फुसांच्या नळ्यांवर सूज आली होती. इंग्रजीमध्ये त्याला 'ब्रॉन्कायटिस' म्हणतात.

संजीवनीला सोनालीच्या बाबतीत कुठलाही धोका पत्करायचा नव्हता म्हणून तिने सोनालीला एक वर्ष थांबायला सांगितले. सोनालीने ते वर्ष घरीच राहून आराम केला आणि तो निर्णय योग्यच ठरला कारण त्याच वर्षी सोनालीला दम्याचा जोरदार झटका आला. सुदैवाने सगळं ठीक झालं पण सोनालीला कायमचं औषध सुरू झालं.

तिकडे अक्कांच्या मिलिंदला जयंतरावांच्या जागेवर नोकरी लागली. इकडे सोनालीने खूप मेहनत घेतली आणि तिला हवा तसा आर्किटेक्चरला प्रवेश मिळवला. ती पुढील ५ वर्षांसाठी अकोल्याला शिकायला गेली.

ही ५ वर्षं संजीवनीला असे पेशंट्स बघण्याची परवानगी मिळाली की ज्यांच्याकडून कुठलाही संसर्ग होणार नाही. मग कुणीही पेशंट आला की आधी मी त्याला/तिला पूर्ण तपासणार आणि मग संजीवनी केवळ त्यांच्याशी बोलणार. पेशंटला हात लावण्याचं कामच पडायचं नाही तिला.

आमचं दरवर्षी मुंबईला जाणं सुरूच होतं. आम्ही दरवेळी फर्स्ट क्लासचं रिझर्वेशन करून जायचो. सकाळी मुंबईला पोहचलं की आधी कॉलनीला जाऊन सगळं आवरून रात्रीचा डबा घेऊन बॉम्बे हॉस्पिटलला जायचं आणि मग तिथूनच व्ही.टी.ला जाऊन परतीची गाडी पकडायची. पण त्यात २-३ वेळा असं झालं की दुपारपासून घेतलेला डबा रात्रीपर्यंत खराब झाला. अजित सरांना हे कळल्यावर ते म्हणाले की व्ही.टी.हून परत दादरला यायचं आणि रात्रीचा ताजा डबा घेऊन दादरहून तीच गाडी पकडायची.

आम्ही जेव्हाही आणि जितक्या वेळा मुंबईला जायचो आणि परत यायचो तेव्हा आम्हाला नांदुरा किंवा शेगांव स्टेशनवर सोडायला, आणायला डॉ.कवीश्वरांची गाडी असायची आणि त्यासाठी त्यांनी कधीही आमच्याकडून एकही पैसा घेतला नाही.

संजीवनी सहसा तिच्या खोलीच्या बाहेर पडायची नाही. मुलांनासुद्धा सांगितलं होतं की आईच्या खोलीत पाय धुवूनच यायचं आणि आईच्या गादीवर अजिबात बसायचं नाही. मुलंही हे सगळं नीट पाळत असत. माझ्या विद्यार्थ्यांनी आम्हाला एक छोटा काळा टी.व्ही.भेट म्हणून दिला होता. तो आम्ही या खोलीतच लावला होता.

या मधल्या काळात अनेक चांगल्या वाईट घटना घडल्या. समीरची मुंज झाली. दिपूला अनेकदा अपघात झाले.

संजीवनीला अधून मधून ताप यायचा. त्यावेळी ती खूप घाबरून जायची. मग डॉ.कृपलानी आणि अजित सर फोनवर काय करायचं ते सांगायचे.

अशीच काही वर्षं गेली. समीर आणि दिपूचीही दहावी बारावी झाली. दोघांनीही वेगवेगळी क्षेत्रं निवडली. समीरने सिव्हिल इंजिनिअरिंग तर दिपूने इंटेरिअर डिझायनिंगचं क्षेत्र निवडलं आणि ते दोघेही त्यानिमित्त नागपूरला शिकायला गेले. सोनालीने पोस्ट ग्रॅज्युएट केलं आणि तिचं लग्न ठरलं.

संजीवनीला बाहेरचं जेवण व्यर्ज होतं त्यामुळे कुठल्याही कार्यक्रमाला जायचं असेल तर ती घरून जेवणाचा डबा आणि पाण्याची बाटली घेऊन जात असे. बाहेरगावी असू तर तिथल्या कुणा नातेवाईकाकडून डबा यायचा. संजीवनीने तिचं हे पथ्य इतक्या काटेकोरपणे पाळलं की सोनालीच्या लग्नातही तिचा डबा घरून आला होता. स्वतःच्या मुलीच्या लग्नातही ती तिथलं जेवली नाही. तिला कधीही बाहेरच्या जेवणाचा मोह झाला नाही किंवा झाला तरी तिचा स्वतःवर जबरदस्त ताबा होता. सोनाली लग्न झाल्यावर विक्रांतरावांबरोबर सातार्‍याला गेली. या मधल्या काळात अण्णा आणि भाऊ दोघांचंही निधन झालं.

सोनालीला मुलगा झाला. त्याचा जन्म आणि बारसं दोन्हीही खामगांवलाच झालं. त्याचं नाव शर्विन.

एव्हाना ऑपरेशनला पंधरा वर्षं झाली होती. आता कुठे संजीवनीला तिची प्रॅक्टिस पूर्वीसारखी सुरू करण्याची परवानगी मिळाली होती. पण इतक्या वर्षांनी परत पूर्वीसारखा जम बसणं अशक्य होतं. त्यामुळे संजीवनी फक्त पेशंट्सशी सल्लामसलत करायची, खासकरून फर्टिलिटी ट्रीटमेंट(प्रजनन प्रक्रियेवर उपचार) साठी. तिच्या सल्ल्याचा देखील खूप फायदा व्हायचा पेशंट्सना. संजीवनीच्या उपचारांमुळे दहा-दहा वर्षं मूलबाळ नसलेल्यांना देखील मुलं होत होती. तिच्याकडे आजूबाजूच्या गावांतून पेशंट्स यायला लागले. हळूहळू परत एकदा संजीवनीचं नाव सगळीकडे होऊ लागलं.

संजीवनीचं पथ्यपाणी, औषधं सगळं व्यवस्थित सुरू होतं. पण सतत औषधं घेऊन व्हायचा तो परिणाम झालाच. शर्विनच्या पहिल्या

वाढदिवसाला अचानकच तिचं डोकं खूप दुखायला लागलं. सोनाली तेव्हा पनवेलला असल्याने आम्ही सगळे संजीवनीला घेऊन मुंबईला गेलो. तिथे तिला सायनस असल्याचं निदान झालं आणि त्याचं ऑपरेशन करावं लागलं. परत एकदा एक अतिशय जोखमीचं ऑपरेशन होतं ते. त्यावेळी विक्रांतरावांच्या नातेवाईकांनी आम्हाला खूप मदत केली.

फक्त एवढंच नाही तर इतक्या औषधांमुळे संजीवनीचा घसादेखील हळूहळू भरल्यासारखा झाला होता. त्यामुळे तिचं गाणं बंद झालं होतं. तिच्या बोलण्यात काही फरक जाणवायचा नाही पण तिला गाताना त्रास व्हायचा.

का कोण जाणे पण संजीवनीचा अधून मधून तोल जायचा. त्यामुळे ती काही वेळा पडायचीसुद्धा. एकदा तर तिचा हातही फ्रॅक्चर झाला. पण तिला वेदनाशामक औषध चालत नसल्याने तिला त्या वेदना सहन कराव्या लागल्या.

२००७ मध्ये दिपूचं शिक्षण पूर्ण झालं आणि ती नोकरीनिमित्त पुण्याला गेली. समीर तोवर नागपूरला नोकरी करत होता. मग तोही नोकरी बदलून पुण्याला गेला. या मधल्या काळात सिंधूबाई गेल्या. दिपू खूप रडली होती त्यावेळी. २१ वर्षं त्या आमच्याकडे होत्या.

पुण्याला गेल्यावर वर्षभरातच दिपूचं लग्न ठरलं आणि ती लग्न करून मंदारबरोबर अमेरिकेला गेली. आम्ही पण २ महिने तिच्याकडे जाऊन आलो. खूप फिरलो तिथे. ऑपरेशनला एव्हाना २१ वर्षं झाली होती.

अमेरिकेला जाण्यापूर्वी आम्ही मुंबईला अजित सरांना भेटायला गेलो होतो. त्यांनी आम्हाला विमानात आणि अमेरिकेला संजीवनीच्या दृष्टीने काय काळजी घ्यायची ती सांगितली आणि काही औषधंही दिली. त्यात एक तोंडाच्या आत लावायचं वेदनाशामक मलम होतं. आम्हाला कळेना ते का दिलं? पण सर म्हणाले जवळ असू द्या. आम्ही अमेरिकेला गेलो आणि एका आठवड्यातच दिपूला दिवस गेल्याचं कळलं. आम्ही दोघेही खूप आनंदात होतो. त्याच दिवशी आम्ही संध्याकाळचं फिरायला बाहेर पडलो असता

संजीवनी कुठेतरी पाय अडकून जोरात पडली. ती तोंडावर पडल्यामुळे तिचे वरचे दात तिच्या खालच्या ओठांमध्ये रुतून तिला मोठी जखम झाली आणि खूप रक्त येऊ लागलं. आम्ही तसेच घरी आलो. संजीवनीला खूप वेदना होत होत्या. अजित सरांनी आधीच ते मलम दिलं होतं. ते लावताच संजीवनीला खूप बरं वाटलं. हा परत एक योगायोगच होता. अजित सरांना त्यावेळी काय वाटलं असेल म्हणून त्यांनी ते मलम दिलं असेल? पण त्या मलमामुळे ती जखम लवकर बरी झाली.

याच सहलीत आम्ही सगळे नायगारा धबधबा बघायला गेलो होतो. अगदी जवळून पहिला आम्ही तो जगप्रसिद्ध धबधबा. हा धबधबा कॅनडातूनही बघता येतो. या दोन्ही देशांची बॉर्डर या धबधब्यामधूनच जाते. हा धबधबा कॅनडातून जास्त छान दिसतो. त्यामुळे आम्ही तो कॅनडातूनही पाहिला. अक्षरशः डोळ्यांचं पारणं फिटलं ते सुंदर दृश्य बघून.

आम्ही परत आलो आणि समीरचं लग्न ठरलं. दिपूची डिलिव्हरी डिसेंबरमध्ये होणार होती म्हणून ती ऑगस्टमध्ये भारतात आली. तिच्यासाठी म्हणून संजीवनी खामगांवहून पुण्याला गेली. दरम्यान सोनालीला मुलगी झाली. तिचं नाव संयुक्ता ठेवलं. डिसेंबरमध्ये ऋषीचा जन्म झाला. पण ऋषीची तब्येत ठीक नसल्यामुळे त्याला महिनाभर हॉस्पिटलमध्येच ठेवावं लागलं. संजीवनीला चालत नसून ती रोज दिवसभर मास्क लावून दिपूजवळ हॉस्पिटलमध्ये थांबायची. एक महिन्याने म्हणजे जानेवारीमध्ये ऋषी पूर्ण बरा होऊन घरी आला आणि फेब्रुवारीमध्ये अर्चना सून म्हणून आमच्या घरी आली.

याच वर्षी म्हणजे २०१२ मध्ये २५ ऑगस्टला आम्हाला एक अत्यंत वाईट बातमी कळली. अजित सरांनी वयाच्या ७७ व्या वर्षी या जगाचा निरोप घेतला होता. आम्ही त्यावेळी पुण्यातच होतो. मी लगेच तेवढ्यासाठी खास वेगळी गाडी करून पुण्याहून मुंबईला त्यांच्या घरी गेलो होतो. हा आमच्यासाठी एक खूप मोठा धक्का होता. इतकी वर्षं आम्हाला त्यांनी

मार्गदर्शन केलं होतं म्हणून आम्हाला कसली काळजी नव्हती. पण काही गोष्टी आपल्या हातात नसतात. ते होते म्हणूनच आम्ही हा गोवर्धन पर्वत पेलू शकलो.

समीरच्या लग्नानंतर पहिल्यांदा आम्ही फिरायला म्हणून म्हैसूर, उटी, कन्याकुमारीला गेलो. जवळपास १५ दिवसांची ती सहल होती. पण आम्ही संजीवनीसाठी डॉ.कृपलानींची परवानगी घेऊन रेडी टू ईट पाकिटं घेऊन गेलो होतो. कारण संजीवनीला हॉटेलमध्ये जेवायला चालत नव्हतं. सुदैवाने तिला कुठलाही त्रास झाला नाही आणि आमची ती सहल खूप छान पार पडली.

त्यानंतर काही कारणास्तव आम्ही मुंबईला सोनालीकडे गेलो असताना सोनालीच्या डॉक्टरांनी संजीवनीचा सत्कार केला कारण एव्हाना तिच्या ऑपरेशनला २३ वर्षं पूर्ण झाली होती. किडनी ट्रान्सप्लांटेशननंतर त्या पेशंटचं आयुष्य फार फार तर १५-२० वर्षं वाढतं. पण संजीवनीची आणि अक्कांची किडनी इतकी जुळत असल्याने इतकी वर्षं सगळं सुरळीत चालू होतं. मधल्या काळात संजीवनीच्या दातांचं एक ऑपरेशन झालं.

२५ ऑगस्ट २०१३ ला आम्हा सर्वांना आणखी एक दुःख पचवावं लागलं. उमेशने अगदी अचानक या जगाचा निरोप घेतला. त्याला उभ्या उभ्याच हृदयविकाराचा तीव्र झटका आला होता. तो आमच्यात नाही यावर अजूनही विश्वास बसत नाही.

२०१७ मध्ये समीरला मुलगा झाला. त्याचं नाव आम्ही कल्पनाने आणि अर्चनाने सुचविल्याप्रमाणे सिद्धेश असं ठेवलं. त्याच वर्षी दिपू डेन्मार्कला गेली आणि त्याच वर्षी मलाही किडनीचा विकार झाल्याचं कळलं. मला तोवर काहीही आजार नव्हता. कधीही आजारी पडलो नव्हतो. सगळेच खूप घाबरले होते. आता परत तसंच सगळं घडतं की काय असं वाटू लागलं होतं.

मग यावेळी माझ्यासाठी डॉ.कृपलानींकडे गेलो. सुरुवातीला मला पण किडनी ट्रान्सप्लान्टची गरज आहे असं सांगण्यात आलं. पण त्याची घाई

करण्याइतकी माझी अवस्था वाईट नव्हती. आता या विकारावर बरीच चांगली औषधं निघाली आहेत. त्यामुळे आधी औषधांनी प्रयत्न करायचं ठरलं. बाबा आणि राजूनेदेखील माझ्यासाठी आयुर्वेदिक औषध पाठवलं. या सगळ्यांचा एकत्र परिणाम चांगला झाला आणि माझ्या लेव्हल्स कमी झाल्या. डोंबिवलीला माझाच एक विद्यार्थी डॉ.अविलाश तिवारी म्हणून असतो. आता मी त्याच्याकडेच उपचार घेतो आहे. त्यानेही आजवर एकही पैसा घेतला नाही.

माझी तब्येत चांगली झाल्यानंतर आम्ही दोघेही २०१९ मध्ये दिपूकडे डेन्मार्कला ३ महिने जाऊन आलो. तिथूनच स्वीडनलाही जाऊन आलो. परत आल्यावर संजीवनीच्या दातांचं दुसरं ऑपरेशन झालं.

आमचं सगळं छान सुरू आहे. आयुष्य आता परत एकदा बदललं आहे. पण आता चांगल्या दिशेने. कुठलीही काळजी..चिंता आता नाही. अक्कांनादेखील काहीही त्रास नाही.

संजीवनीच्या ऑपरेशनला आज ३० वर्षं पूर्ण झालीत. ऑपरेशननंतर पहिल्या दिवसापासून तिचं जे पथ्यपाणी सुरू झालं ते आजही ती तितक्याच काटेकोरपणे पाळते आहे. तिने कधीही या गोष्टींचा कंटाळा केला नाही. तिला कंटाळा आलाच नाही असं नाही. पण कुठल्याही प्रकारचा मोह तिच्या मनाला तिने शिवू दिला नाही. या सगळ्यासाठी मनावर प्रचंड ताबा लागतो. हे सगळं तिने केलं म्हणूनच तिचं आयुष्य इतकं वाढलं आणि तिचं ऑपरेशन सफल झालं. ऑपरेशनपर्यंत तिच्याबरोबर आम्ही सगळे होतोच पण नंतर ३० वर्षं रोज आयुष्याबरोबर तिची लढाई ती एकटीच लढते आहे आणि त्यात ती रोज जिंकते आहे.

सगळ्यांच्या सहयोगाने आज आम्ही इथवर आलो आहोत. त्याबद्दल सर्वांचे मी परत एकदा खूप खूप आभार मानतो.

ऋणनिर्देश

रमेश

या पुस्तकातील सगळया व्यक्ती खऱ्या आहेत आणि त्यांची नावेदेखील खरी आहेत. त्यांच्या मदतीशिवाय आणि उल्लेखाशिवाय हे पुस्तक अपूर्ण आहे. त्यांचे जितके आभार मानावे तितके कमीच आहेत. या लोकांनी कुठलीही अपेक्षा न ठेवता वेळोवेळी मदत केली.

यातील काही व्यक्ती आज आपल्यासोबत या जगात नाहीत. पण म्हणून आमच्यापैकी कुणीही त्यांना विसरलेलं नाही. मुख्यत्वे डॉ.अजित फडके.

त्यांच्यासारखा दुसरा कुणीही होणे शक्य नाही. त्यांनी कितीतरी लोकांना जीवनदान दिलं आहे. कितीतरी लोक त्यांच्यामुळे आज या जगात आहेत. खरोखरीच खूप मोठ्या मनाचे होते अजित सर. इतके प्रसिद्ध असूनही काडीचाही गर्व नव्हता त्यांना. 'रुग्णसेवा हीच ईश्वरसेवा' हे त्यांचे ब्रीदवाक्य अक्षरशः जगले ते. आमच्यासारख्या कितीतरी जणांचं आयुष्य बदललं आहे त्यांनी.

डॉ.कृपलानींबद्दल बोलतानासुद्धा मला शब्द अपुरे पडत आहेत. ते आजही आम्हाला वेळोवेळी योग्य ते मार्गदर्शन करतात.

अक्कांबद्दल तर बोलावं तितकं कमीच आहे. आज त्यांच्यामुळे संजीवनी हे जग पाहते आहे आणि आम्ही संजीवनीला. त्या काळात कसलीही माहिती नसताना केवळ बहिणीच्या प्रेमापोटी एवढा मोठा निर्णय घेणे ही सोपी गोष्ट नव्हती. स्वतःची मुलं घरी वाट बघत असताना, स्वतः इतक्या वाईट अवस्थेत असतानाही केवळ संजीवनीसाठी तिच्याजवळ राहणं हे केवळ तुम्हीच करू शकलात अक्का!

स्वतःच्या पायाचं नुकतंच ऑपरेशन झालेलं असूनही तुम्ही दुसऱ्या ऑपरेशनसाठी तयार झालात, तुमचा निर्णय बदलला नाही. यासाठी आम्ही

आयुष्यभर तुमचे ऋणी राहू. जयंतराव आज आपल्यात नाहीत पण संजीवनीला जीवनदान मिळण्यात त्यांचादेखील खूप मोठा वाटा आहे.

आपल्या आयुष्यातील सगळ्यात कठीण प्रसंगी आपल्या पाठीशी केवळ एकच गोष्ट अतिशय खंबीरपणे उभी असते ती म्हणजे आपलं कुटुंब. केवळ मानसिक आधारच नाही तर स्वतः हजर राहून सगळ्यांनी आम्हाला मदत केली.

उमेश आणि अमृता आमच्यामागे मुलांची काळजी घेत होते म्हणून आम्ही मुंबईला मुलांची काळजी न करता राहू शकलो. तसं पाहिलं तर त्या दोघांचंही लग्न होऊन सहाच महिने झाले होते. बाबा आणि सुरेखाचं लग्न तर नुकतंच झालं होतं. पण सुरेखानेही खूप मनापासून केलं अक्का आणि संजीवनीचं. नागपूरला कल्पना आणि सतीशरावांनी सुद्धा पहिला महिना खूप मदत केली. राजूदेखील बराच वेळ माझ्याबरोबरच असायचा. किशोर दर वेळेस भेटायला यायचा. अप्रत्यक्षरीत्या माझी इतर बहीण भावंडं देखील मला या ना त्या मार्गाने मदत करतच होती.

उमेश आज आपल्यात नाही पण मला खात्री आहे तो, अण्णा, भाऊ आजही वरून आमच्याकडे बघत आहेत. आमच्या कुटुंबातील सगळेच त्यावेळी आमच्यामागे खंबीरपणे उभे राहिलेत म्हणूनच आम्ही इतक्या कठीण परिस्थितींना सामोरे जाऊ शकलो. काही अशाही व्यक्ती आहेत ज्या रक्ताने आमच्या नात्यात नाहीत पण त्याही तितक्याच खंबीरपणे आमच्यासोबत उभ्या राहिल्या. त्यांनाही आम्ही आमचं कुटुंबच मानतो.

आमचे सगळे विद्यार्थी त्यांचं शिक्षण सुरु असताना आमच्या मदतीसाठी आले. या वयात ही समज येणं आणि त्यानुसार इतक्या जबाबदारीने वागणं यातच त्यांनी सगळं जिंकलं होतं. माझ्या दृष्टीने त्यांनी आयुष्याची परीक्षा तेव्हाच पास केली होती. कॉलेजची परीक्षा फक्त नावापुरतीच होती आता. केवळ विद्यार्थीच नाही तर त्यांच्याही कुटुंबातील काही व्यक्ती आमच्या मदतीला धावून आल्या. या विद्यार्थ्यांमुळेच आमचं

मुंबईचं वास्तव्य सुसह्य झालं. या मुलांनी आर्थिक मदतही खूप केली. पण एकानेही आजवर मला हिशोब दिलेला नाही.

ऑपरेशननंतर संजीवनीला त्रास होऊ नये म्हणून दरवेळी तिला स्टेशनवरून घरी आणि घरून स्टेशनवर स्वतःच्या गाडीने ने-आण करण्याची सोय करणारे डॉ.बाबा कवीश्वर आणि डॉ.दादा कवीश्वर, कॉलेजचा पूर्ण कर्मचारी वर्ग सगळ्यांनीच आम्हाला खूप मदत केली.

खामगांवचे सगळे डॉक्टर्स ज्यांनी आम्हाला त्यावेळी योग्य ती दिशा दाखवली, त्यांचेही आभार. विशेषतः डॉ.विजय गर्गे. संजीवनीच्या ऑपरेशननंतर आम्ही खामगांव सोडेपर्यंत दर महिन्याला तिच्या टेस्ट्स करत होतो पण विजयने आजवर आमच्याकडून एकही पैसा घेतलेला नाही.

याशिवाय या आम्हाला भेटलेले सगळे डॉक्टर्स, नर्सेस, हॉस्पिटल्सचे कर्मचारी सगळ्यांचे मी मनापासून आभार मानतो.

या प्रवासात आमच्या मदतीला जेवढे हात पुढे आलेत आणि या पुस्तकात ज्या व्यक्तींचा उल्लेख आहे त्या सगळ्यांचे मी आभार मानतो. बऱ्याच लोकांचा या पुस्तकात उल्लेख करणं शक्य नव्हतं पण मी त्यांचेही आभार मानतो. शक्य तितक्या लोकांची परवानगी घेऊन नावं छापली आहेत. पण जर काही लोकांची परवानगी घ्यायची राहिली असेल तर मी त्यांची माफी मागतो. कुणालाही दुखावण्याचा आमचा हेतू नाही. केवळ त्यांनी या ना त्या कारणाने त्यांनी आमची जी मदत केली त्याबद्दल फक्त परत एकदा आभार मानायचे आहेत आणि संपर्क नसला तरीही आम्ही अजूनही कुणालाही विसरलेलो नाही हे सांगणे एवढाच यामागचा हेतू आहे.

ऋणनिर्देशातून ऋणानुबंध अधिक दृढ होतात. ते असेच दृढ राहोत हीच इच्छा आहे आणि आम्ही कायम तुमच्या ऋणातच राहू.

- डॉ.रमेश सि.वडोदकर

अक्का

मला अजूनही लग्नापूर्वीची प्रभा आठवते. घरात सगळ्यात लहान आणि मेडिकल कॉलेजला शिकत असल्याने तिचा स्वभाव खूप मोकळा होता. आमची आतेबहीण रेखा आणि प्रभाची मैत्रीण विजया या तिघींचं छान जमायचं त्यामुळे त्या सतत एकत्र असायच्या. मी घरात मोठी आणि आमची आई आजारी असल्यामुळे मला घर, दवाखाना आणि नोकरी तिन्ही सांभाळावे लागत असे.

एक मुलगी म्हणून मी प्रभाच्या मुलांच्या भावना खूप चांगल्या रीतीने समजू शकते. प्रभा ७ महिने तिच्या मुलांपासून दूर होती. आमची आईदेखील तब्बल ९ महिने नागपूर मेडिकल कॉलेजलाच भरती होती. फरक फक्त एवढाच आहे की त्यावेळी आम्ही दोघीही बऱ्याच मोठ्या होतो.

नागपूरला हॉस्पिटलमध्ये जेव्हा मी संजीवनीला भेटले तेव्हा ती मला खूपच शांत झाल्यासारखी वाटली होती. सतत कसल्यातरी विचारात असायची. कुणाशीही फारसं बोलायची नाही. तिला मुलांची खूप आठवण यायची. पूर्वीची हसरी, मोकळी, बोलकी प्रभा कुठेतरी हरवली होती. तिची ती अवस्था मला बघवत नव्हती.

कॉलनीला एक दिवस सगळे बसले असताना जेव्हा डोनरबद्दल आम्ही बोलत होतो तेव्हा मला कळलं की मी प्रभासाठी काय करू शकते आणि मी ते करायचं ठरवलं. मला माझ्या मुलांचीदेखील काळजी होतीच. पण मला माझ्या मनात एक विश्वास वाटत होता,

' मला तर काही होणारच नाही आणि मी माझ्या बहिणीलाही काहीही होऊ देणार नाही.'

आणि ह्याच विश्वासाच्या बळावर मी एवढा मोठा निर्णय घेऊ शकले. त्यात जयंतरावांनी आणि माझ्या इतर नातेवाईकांनी मला खूप साथ दिली.

आमचं किडनीचं ऑपरेशन सप्टेंबरमध्ये झालं. त्यावेळी प्रभाला भेटण्याची परवानगी कुणालाच नव्हती. मी मुंबई सोडण्यापूर्वी अक्षरशः ५

मिनिटं मला प्रभाला भेटता आलं आणि नंतर सरळ फेब्रुवारीमध्ये आमची भेट झाली.

पण या भेटीत मला माझी पूर्वीची प्रभा सापडली. तिची तब्येत तर चांगली झालीच होती पण सगळ्यात महत्त्वाचं म्हणजे ती हसत होती, बोलत होती.

डॉक्टरांनी सांगितलेलं पथ्यपाणी आणि नानांची साथ यामुळे आज तिची तब्येत इतकी चांगली आहे आणि ती पुढेही अशीच चांगली राहो हीच देवाला विनंती.

- श्रीमती जयश्री जयंत भालेराव

संजीवनी

मला खरं तर कधी स्वप्नातही वाटलं नव्हतं की आमच्या आयुष्यातील एका घटनेवर आमचीच मुलगी पुस्तक लिहील. पण तसं घडलं आणि आम्ही परत भूतकाळात गेलो.

आजारी पडले तेव्हा माझी कुठलाही विचार करण्याची किंवा निर्णय घेण्याची परिस्थिती आणि मनःस्थितीही नव्हती. माझ्या डोक्यात फक्त एकच विचार असायचा.

'मला माझ्या मुलांना बघायचं आहे. माझ्याशिवाय कसं होईल त्यांचं?'

त्यामुळे त्यावेळी मला दुसरं काहीही नको होतं, फक्त आयुष्य हवं होतं जगण्यासाठी, जे अक्काने मला दिलं. तिच्यामुळे मी आज हे लिहू शकते आहे. माझ्या मुलांना, माझ्या कुटुंबाला बघू शकते आहे.

ऑपरेशननंतर जेव्हा मी खामगांवला परत आले त्यावेळी मला माझी प्रॅक्टिस परत सुरू करण्याची परवानगी नव्हती. सुरुवातीला खूप वाईट वाटायचं त्याबद्दल. हात शिवशिवायचे नुकत्याच जन्माला आलेल्या बाळाला धरायला. एखादी गरोदर बाई दिसली तर डोळे भरून यायचे. पण मी माझ्या मनाला समजावलं.

प्रॅक्टिस गेली तरी त्याने निराश होण्यापेक्षा आहे त्यात आनंद मानायचा. अगदी ओढाताण करून प्रॅक्टिस करण्यापेक्षा ह्या नवीन मिळालेल्या आयुष्याचा उपभोग घ्यायचा. माझ्या दृष्टीने उपभोग म्हणजे आलेला दिवस आपल्या कुटुंबासोबत घालवणे. स्वतःच्या तब्येतीला आणि त्यामुळे इतरांना कमीत कमी त्रास होऊ देणे.

ही मी मला नवीन मिळालेल्या आयुष्याशी केलेली तडजोड होती.

मी कधीही सोनंनाणं, दागिने, साड्या याची अपेक्षा केली नाही. मला आधीपासूनच या सगळ्यांची फारशी आवडही नव्हती. मीदेखील मध्यमवर्गीय कुटुंबातूनच आले होते. पण मला गाण्याची, चित्रपट बघण्याची खूप आवड होती.

खरं तर ज्या वयात मी आजारी पडले ते वय आयुष्याचा आनंद घेण्याचंच होतं. छान बाहेर पडावं दोघांनीच आणि फिरून यावं, एखादा चित्रपट बघावा सगळ्यांनी, वर्षातून एकदा तरी बाहेर जेवावं. इतक्या साध्या इच्छा होत्या माझ्या. पण या आजारपणामुळे त्या कधी पूर्ण होऊ शकल्या नाहीत.

सुरुवातीला मला खूप राग यायचा. चिडचिड व्हायची. सततचं पथ्यपाणी नको वाटायचं कधीकधी. पण मग मुंबईला असतानाचा ह्यांचा काळजीने काळवंडलेला चेहरा डोळ्यांसमोर यायचा, मोडलेला पाय घेऊन मला किडनी द्यायला निघालेली अक्का दिसायची आणि माझी सगळी चिडचिड, सगळा राग विरून जायचा.

वाटायचं, आपण आता जर या आयुष्याची काळजी घेतली नाही तर तो या आयुष्याचा आणि मला ते आयुष्य देणाऱ्याचा अनादर केल्यासारखं होईल. समजा, नसती मिळाली किडनी तर? काय झालं असतं? त्यापेक्षा जे मिळालं आहे त्यात आनंद मानायचा.

आता मागे वळून जेव्हा ३० वर्षांचा काळ डोळ्यांसमोर येतो तेव्हा वाटतं, आपण जे काही गमावलं त्यापेक्षा कितीतरी जास्त कमावलं आहे.

नानांच्या एकट्याच्या प्रॅक्टिसवर पुढे इतकी वर्षं संसार केला. मुलांची शिक्षणं, लग्नं, सणवार, आमच्या परदेश सहली सगळं त्यांच्या एकट्याच्या बळावर झालं. पण मग मी माझ्या शिक्षणाचा उपयोग मुलांसाठी करायचं ठरवलं आणि मुलांच्या भविष्यासाठी स्वतःला झोकून दिलं. मुलांच्या बरोबरीने मीदेखील अभ्यास करत असे. त्यांना लागणारी पुस्तके, क्लासेस, त्यांना कुठल्या शाळेत, कॉलेजमध्ये टाकायचं यांचे निर्णय या सगळ्यांची जबाबदारी मी घेतली.

मुलांची शिक्षणातली, नंतर नोकरीतली प्रगती, त्यांचे संसार हे सगळं बघणं मला नशिबाने मिळालं होतं. यातच मी समाधान मानलं.

माझ्या आजारपणात आमच्याकडे काहीही उरलं नव्हतं. जो काय पैसा कमावला होता तो सगळा खर्च झाला होता. पण नंतर सगळ्यांचे पैसे फेडून आम्ही कुणाकडूनही उधार न घेता मुलांची शिक्षणं, लग्नं, सणवार सगळं केलं. हे काय कमी आहे?

आमचं कर्ज आम्हीच फेडलं. आमच्या मुलावर ते फेडण्याची वेळ आली नाही यातच सगळं आलं. जरी आमच्याजवळ काही साचलं नाही तरी काही कमीदेखील पडलं नाही आणि आम्ही मुलांनाही कमी पडू दिलं नाही. मिळालेली प्रत्येक गोष्ट पैशात मोजता येत नाही हेच खरं. पैसा नाही कमावला पण इतक्या कठीण प्रसंगात आम्हाला साथ देणारी माणसं आम्हाला भेटली. हेच आमचं धन!

सर्वांत महत्त्वाचं म्हणजे आज आम्ही दोघेही एकत्र आहोत. आमची मुलं, जावई, सून सगळे आमची खूप काळजी घेतात. आमची नातवंडं आमच्यावर इतकं प्रेम करतात. अजून काय हवं असतं कुणाला आयुष्यात?

मी इथे एवढं सांगू इच्छिते की आपल्या शरीराची काळजी घ्या. त्याच्याकडे लक्ष द्या. प्रत्येक वेळी घाबरूनच राहिलं पाहिजे असं नाही पण जसं एखाद्या गाडीची वेळच्या वेळी सर्व्हिसिंग करतो, तसं आपल्या शरीराची देखील करा. व्यायाम करा, खाण्यापिण्याच्या वेळा पाळा. आपल्या कुटुंबाला वेळ द्या. मनावर ताबा असणं अत्यंत गरजेचं आहे पण त्याच बरोबरीने सातत्यही असणं महत्त्वाचं आहे. मी मनावर खूप ताबा ठेवला आणि माझ्या पथ्यपाण्यात सातत्य पण ठेवलं. तब्बल ३० वर्षे!

देव न करो, माझ्यासारखी वेळ कुणावरही येवो. त्यामुळे या आयुष्याचा आदर करा..ते पुरेपूर जगा..भरभरून जगा.

- डॉ.सौ.संजीवनी रमेश वडोदकर

आमच्या आयुष्यातील काही क्षण

डावीकडे संजीवनी आणि उजवीकडे अक्का २०२० मध्ये

आमची डेन्मार्क सहल २०१९